சேத்துமான் கதைகள்

சேத்துமான் கதைகள்
பெருமாள்முருகன் (பி. 1966)

படைப்புத் துறைகளில் இயங்கிவருபவர். அகராதியியல், பதிப்பியல், மூலபாடவியல் ஆகிய கல்விப்புலத் துறைகளிலும் ஈடுபாடுள்ளவர்.

பெருமாள்முருகன்

சேத்துமான் கதைகள்

காலச்சுவடு பதிப்பகம்

அன்பார்ந்த வாசகருக்கு,

வணக்கம்.

காலச்சுவடு நூலை வாங்கியமைக்கு நன்றி.

நூலின் உள்ளடக்கம், உருவாக்கம், அட்டைப்படம் இன்ன பிற அம்சங்கள் பற்றிய உங்கள் கருத்துகளையும் ஆலோசனைகளையும் காலச்சுவடு வரவேற்கிறது. தகவல், எழுத்து, வாக்கியப் பிழைகள் தென்பட்டால் கட்டாயம் தெரிவித்து உதவுங்கள். நூல் தயாரிப்பில் கடும் குறைபாடு இருப்பின் மாற்றுப் பிரதி உங்களுக்குக் கிடைக்கக் காலச்சுவடு ஏற்பாடு செய்யும்.

மின்னஞ்சல்: **publisher@kalachuvadu.com**

காலச்சுவடு நாகர்கோவில் தலைமையகத்துக்கும் கடிதம் அனுப்பலாம்.

தங்கள்
எஸ்.ஆர். சுந்தரம் (கண்ணன்)
பதிப்பாளர் – நிர்வாக இயக்குநர்

சேத்துமான் கதைகள்◆சிறுகதைகள்◆ஆசிரியர்: பெருமாள்முருகன்◆ © பெருமாள்முருகன்◆முதல் பதிப்பு: ஜூலை 2022, இரண்டாம் பதிப்பு: அக்டோபர் 2022 ◆ வெளியீடு: காலச்சுவடு, 669, கே.பி. சாலை, நாகர்கோவில் 629001

ceetthumaan kataikaL◆ Short Stories ◆ Author: PerumalMurugan◆ © PerumalMurugan◆First Edition: July 2022, Second Edition: October 2022◆Language: Tamil◆Size: Crown 1 x 8◆Paper: 18.6 kg maplitho◆Pages: 64

Published by Kalachuvadu, 669, K.P. Road, Nagercoil 629001, India ◆ Phone: 91-4652-278525◆e-mail: publications@kalachuvadu.com◆Printed at Mani Offset, Chennai 600077

ISBN: 978-93-5523-160-4

பொருளடக்கம்

அணிந்துரை: ஒரு கலையிலிருந்து இன்னொரு கலை   9
முன்னுரை: வறுகறி சிறுகதையும் என் கதையும்   13
என்னுரை: புகழ் மிகுதி   19
வறுகறி   27
மாப்புக் குடுக்கோணுஞ் சாமீ   49

அணிந்துரை

ஒரு கலையிலிருந்து இன்னொரு கலை

கொங்கு மண்டல விளிம்பு நிலை மக்களின் வாழ்வியலை, அவர்களைச் சுற்றி நிகழ்கிற அரசியலை, அங்கே ஊன்றியிருக்கிற பண்பாட்டை எவ்விதச் சமரசமுமின்றித் தன் புனைவுகளின் வழியாக அசல்தன்மையுடன் எழுதிவரும் பெருமாள்முருகன் நான் விரும்பிப் படிக்கும் எழுத்தாளர்களுள் ஒருவர்.

சாதியின் விளைவுகளை வட தமிழகத்தில் நான் நேரடியாக எதிர்கொண்டிருக்கிறேன். தென் தமிழகத்தில் புழங்கும் சாதியின் தீவிரம் அதற்கு வெளியிலிருப்பவர்களுக்கு எல்லா விதங்களிலும் உணர்த்தப்பட்டிருக்கிறது. தமிழ் சினிமாவிற்கு அதில் பெரும் பங்கு உண்டு.

இப்படியிருக்க, கொங்கு மண்டலத்தின் யதார்த்தம் திரைப்படங்களில் வேறு விதமாகச் சித்தரிக்கப்பட்டிருக்கிறது. ஆனால், அங்கே நிலவும் சாதியின் கோரத்தன்மையை அதன் யதார்த்தத்துடன் பெருமாள் முருகனின் கதைகள் வழியாகவே நான் அதிகம் புரிந்து கொண்டேன் எனச் சொல்லலாம்.

அப்படி வாசித்தவைதான் 'வறுகறி', 'மாப்பு குடுக்கோணுஞ் சாமீ' ஆகிய இரு கதைகளும். வறுகறி சிறுகதையில் வரும் சம்பவங்களின் தொடர்ச்சி எப்படித் திரைக்கதையில் மாற்றம் பெற்றிருக்கிறது என்பதை ஒப்பீடு செய்து பார்த்தால் ஒரே கருப்பொருள் ஒரு கலையிலிருந்து இன்னொரு கலையாகப் பரிமளிக்கும் வித்தையை நாம் உணர முடியும்.

இவ்விரு கதைகளைத் திரைப்படமாக உருமாற்றியதில் பெருமாள்முருகனின் பங்கும் அளப்பரியது. குறிப்பாக வசனங்களை அதன் சுவாரசியம் குன்றாமல் அவர் கட்டுப் படுத்திய விதம். போலவே, இதுவரையிலுமான தமிழ் சினிமாவில் உண்மைக்கு நெருக்கமாகக் கொங்கு மக்களின் வட்டார மொழியும் சேத்துமானில் பதிவாகியிருக்கிறது என்று அவதானிக்கிறேன்.

சிறுகதைகளில் இடம்பெறும் உரையாடல்களை, விளக்கங்களை, மனிதர்களின் எண்ணவோட்டங்களைக் காட்சியாக மாற்றுவதென்பது சவாலானது. அது மிக லாகவமாகப் பெருமாள்முருகனுக்குக் கைகூடியிருக்கிறது என்பதை இவ்விரு கதைகளையும் வாசித்து அத்திரைப் படத்தையும் பார்ப்பவர்களுக்குப் புரியும்.

சிறுகதையாகப் படித்தபோதிருந்த அதே அதிர்வு திரைக்கதையாகவும் படிக்கும்போது ஏற்படுவதென்பது அரிது. பெருமாள்முருகனும் தமிழும் அதை அழகாகச் செய்திருந்தனர். திரைமொழியிலும் அதே அதிர்வை இயக்குநர் தமிழ் ஏற்படுத்திக் கொடுக்க இந்த முப்பரிமாணத் தாக்கம் ஒரு இனிய அனுபவமாக எனக்கு இருந்தது.

இம்மாதிரியான திரைக்கதைகள் சினிமாவாக வந்தால் மக்கள் ஏற்றுக்கொள்வார்களா, இது வணிகமாகுமா என்கிற கேள்விகளுக்கு அப்பாற்பட்டு இதொரு பரீட்சார்த்த முயற்சி யாக இருக்கட்டும் என எண்ணியே நான் இப்படத்தைத் தயாரிக்க முன்வந்தேன். சேத்துமான் திரைப்படம் நீலம்

புரொடக்‌ஷன்‌ஸுக்குப்‌ பெரிய நன்மதிப்பைப்‌ பெற்றுத்‌ தந்திருக்கிறது. இலக்கியங்களை சுவாரசியமான திரைப்படமாக்கலாம்‌ என்கிற நம்பிக்கையை உருவாக்கிய தமிழ்‌ சினிமாக்களின்‌ வரிசையில்‌ சேத்துமானும்‌ நின்று கொண்டிருக்கிறது.

இந்தப்‌ படைப்பிற்கு ஆதார அம்சமாக இருந்த பெருமாள்முருகன்‌ அவர்களுக்கு என்‌ நன்றி. அவருடைய மற்ற படைப்புகளும்‌ திரைக்கதைகளாக மாறும்‌ வேலைகளும்‌ நடந்துகொண்டிருக்கின்றன. இன்னும்‌ நிறைய எழுத்தாளர்கள்‌ தமிழிலக்கியச்‌ சூழலில்‌ இருக்கின்றனர்‌. அவர்களும்‌ திரைக்கதைக்கான மொழியை இன்னும்‌ ஆழமாக உள்வாங்கித்‌ திரை எழுத்து வடிவத்திற்குள்‌ தங்களைப்‌ பொருத்திக்கொண்டு சினிமா என்கிற பன்முகக்‌ கலைக்குள்‌ வேலை செய்ய வேண்டுமென்பது என்னுடைய விருப்பம்‌. அப்படி வரும்போது சினிமாவின்‌ கதைக்களங்கள்‌, கதை சொல்லும்‌ விதம்‌, கதாபாத்திர வடிவமைப்பு இவையனைத்தும்‌ பழமையிலிருந்து விடுபடும்‌ என்று நம்புகிறேன்‌. *மகிழ்ச்சி.*

14-07-22   பா. இரஞ்சித்‌
சென்னை

முன்னுரை

வறுகறி சிறுகதையும் என் கதையும்

சிறு வயதில் எங்கள் வீட்டில் வாரம் ஒருமுறை ஞாயிறன்று கறி எடுப்பார்கள். அம்மா அதைக் குழம்பு வைத்துவிட்டுக் கறியை மட்டும் தனியாக எடுத்து வறுத்துத் தருவாள். கறி வறுக்கும் சட்டி வாரம் ஒருமுறை ஒருவருக்கு என்பது எழுதப்படாத விதி. சட்டி கிடைக்கப் பெற்றவர் அதில் சோற்றைப் போட்டு ருசிக்கலாம். அந்தச் சட்டி எப்பொழுது எனக்கு வரும் என்று ஞாயிற்றுக்கிழமையை எதிர்நோக்கிக் காத்திருப்பேன். இதில் விதி தவறி அண்ணன், அக்கா இடையே சண்டை வந்து சட்டி பறிபோனதுண்டு. இப்படித்தான் வறுகறி எனக்கு அறிமுகம். இதுதான் வறுகறியா என்றும் அப்போது எனக்குத் தெரியாது. என் குடும்பம் அக்மார்க் நடுத்தர வர்க்கம். அப்பா ரயில்வே துறையில் வேலை செய்தார். அதனால் சாப்பாட்டுக்கு மட்டும் குறை இருக்காது. மற்றபடி அனைத்திலும் விதி விளையாடியது.

பள்ளிப் பருவத்திலிருந்தே சினிமாமீது ஆர்வம். அதற்கு மிக முக்கியக் காரணம் என் அண்ணன் கார்த்திகேயன். அவர் சினிமா வெறியர். ஸ்கூலுக்குக் கட் அடித்துவிட்டுப் படம் பார்த்து வீட்டில் அடி வாங்கிய கதையும் சினிமா தியேட்டர் உள்ளே அம்மா சென்று அவரைப் பிடித்த கதையும் உண்டு. ஆனால் சினிமா பார்ப்பதை அவர் நிறுத்த வில்லை. அப்படி என்னையும் வீட்டிற்குத் தெரியாமல், ஸ்கூலுக்குக் கட் அடிக்கவைத்து அழைத்துச் சென்றார். அப்படித்தான் சினிமா எனக்குத் தெரியாமலேயே எனக்குள் நுழைந்தது.

இந்தக் காலம்போல் இல்லை அப்பொழுது. ஒரு இயக்குநரிடம் பத்து வருடங்களாவது உதவி இயக்குநராக வேலை பார்த்துவிட்டுப் பின்பு கதை எழுதி அலைந்து திரிந்து இயக்குநராக வேண்டும் என்பது எழுதப்படாத விதி. எப்படியோ சென்னை வந்து கஷ்டப்பட்டு ஓரிரு படங்கள் வேலை பார்த்துவிட்டுக் கதை எழுதி இயக்குநர் ஆவதற்கான முயற்சிகளைச் செய்தேன். ஐந்து வருடங்கள் கடந்ததுதான் மிச்சம். சினிமாவை விட்டுச் சென்றுவிடலாம், நமக்கும் சினிமாவிற்கும் ஒத்துவராது என்று ஒருநாள் முடிவு செய்தேன். அந்த முடிவு சரியானதா என்று ஐந்து மாதத்திற்கும் மேல் யோசித்துக்கொண்டிருந்தேன். இறுதியாக முடிவு செய்தேன், செத்தாலும் ஒரு திரைப்படம் எடுத்துவிட்டுத்தான் ஊருக்குச் செல்ல வேண்டுமென்று. விதியை முறியடிக்க முயற்சி செய்ய ஆரம்பித்தேன்.

சிறு பட்ஜெட்டில் நாமே ஒரு படம் தொடங்கலாம் என்று திட்டமிட்டேன். எந்தக் கதையைப் படமாகப் பண்ணலாம் என்று யோசித்தபோது நம் வாழ்க்கையில் சந்தித்த அனுபவத்தைக் கதையாக்கிப் படம் பண்ணலாம் என்று தோன்றியது. எழுதிய பிறகு பார்த்தால், பெரிய பட்ஜெட்டில் போய் நிற்கிறது. என்ன செய்யலாம் என்று மீண்டும் ஆரம்பித்த இடத்திற்கே வந்தேன்.

எனக்கு இலக்கியம் அறிமுகம் ஆனதே சென்னை வந்த பிறகுதான். நான் இலக்கியம் வாசிக்கத் தொடங்கிய காலத்தில் எந்தக் கதையைப் படிக்கிறேனோ அதை ஒரு நோட்டில் எழுதிவைத்துக்கொள்வேன். இல்லையென்றால் அந்தப் புத்தகக்கத்தைப் பாதுகாப்பாக வைத்துக்கொள்வேன். அப்படிப் பாதுகாத்த ஒரு பத்திரிகையை எடுத்து மறுவாசிப்பு செய்தபோது 'வறுகறி' சிறுகதையைப் படித்தேன். முதல்முறை நான் படித்தபோது என்னை எப்படி வெகுவாகப் பாதித்ததோ மறுமுறை வாசித்தபோதும் அதே பாதிப்பைத் தந்தது.

'வறுகறி' சிறுகதை என் கைக்கு வந்த கதையைச் சொல்கிறேன். நான் உதவி இயக்குநராக வேலை செய்தபோது போதுமான வருமானம் கிடைக்காது. வருடா வருடம் நடக்கும் சென்னைப் புத்தகத் திருவிழாவிற்குப் புத்தகங்களை வேடிக்கை பார்க்க மட்டும் செல்வேன். அப்படி 2015இல் சென்றபோது காலச்சுவடு ஸ்டாலுக்கு வெளியில் அவர்களுடைய பழைய மாத இதழ்களை வைத்திருந்தார்கள். இலவசமாக யாரும் அதை எடுத்துச் செல்லலாம். அப்படி எடுத்து வந்த பத்திரிகையில் இருந்ததுதான் 'வறுகறி' சிறுகதை. காலச்சுவடுக்கு என் நன்றி.

இரண்டு நாட்கள் நன்றாக யோசித்துவிட்டு, வறுகறி சிறுகதையைப் படமாகப் பண்ணலாம் என முடிவு செய்து என்னுடைய நலம்விரும்பி எழுத்தாளர் அமரர் சிவதாணு வழியாகப் பெருமாள்முருகன் எண்ணை வாங்கி அவரிடம் பேசினேன். அவர் சென்னை வரும்போதும் சந்தித்துப் பேசினேன். என்னுடைய குறும்படங்களைக் காட்டினேன். என் நண்பர்களை அறிமுகப்படுத்தினேன். அவருக்கு என்மேல் நம்பிக்கை ஏற்பட்டது. வறுகறியைப் படமாக்க அனுமதித்தது மட்டுமல்லாமல், இந்தப் படத்திற்கு அவரே வசனம் எழுதித் தர வேண்டும் என்ற வேண்டுகோளையும் ஏற்றுக்கொண்டார். பிறகு அவரைச் சந்திக்க நாமக்கல்

சென்றேன். அவருடைய மாணவர்கள் கோபி, சசியை அறிமுகப்படுத்தினார். நடிகர்கள், லொக்கேஷன் தேர்வை ஆரம்பித்தேன்.

ஒரு கட்டத்தில் படத்திற்கு ஆகும் பட்ஜெட் போட்டுப் பார்த்தபோது நான் வைத்திருந்த பணத்திற்கும் மேலே வந்தது. இந்தப் படத்தை நானே தயாரிக்கலாம் என்று ஆரம்பித்த காரணம் இந்தக் கதையைத் தயாரிக்க யாரும் முன் வர மாட்டார்கள் என்றுதான். என்ன செய்யலாம் என்று யோசித்தேன். எனக்குத் தெரிந்து இந்தக் கதையைத் தயாரிக்க முன்வரக்கூடிய ஒரே நபர் இயக்குநர் பா. இரஞ்சித் அவர்கள் மட்டும்தான். அவரைச் சந்திக்கக் 'காலா' படப்பிடிப்பிற்குச் சென்று பார்த்தேன். கதையின் ஒன் லைன் கேட்டார், சொன்னேன். அவருக்குப் பிடித்திருந்தது. "முழு ஸ்கிரிப்ட்டையும் ரெடி பண்ணிக் குடுங்க. படிச்சுட்டுப் பேசுவோம்" எனச் சொன்னார்.

பெருமாள்முருகன் வசனம் எழுதிக் கொடுத்தவுடன் அதைப் படித்துவிட்டுச் சினிமாவிற்குத் தகுந்தாற்போல் சில மாற்றங்களை (அவர் அனுமதியுடன்) செய்து இயக்குநர் இரஞ்சித்திடம் கொடுத்தேன். இரண்டு நாட்களில் படித்து விட்டு என்னை அழைத்துப் பேசினார். "எதற்காக என்னை வந்து பார்த்தீர்கள்" என்றார். நான் "படத்திற்குக் கேமரா செலவு பண்ண என்னிடம் பணம் இல்லை, நீங்கள் உதவி செய்தால் நன்றாக இருக்கும்" என்றேன். "நீங்கள் கஷ்டப்படத் தேவையில்லை, உங்கள் பணத்தையும் செலவு செய்ய வேண்டாம், நானே தயாரிக்கிறேன்" என்று சொன்னார். இனி என்னுடைய ஒரே வேலை இந்தப் படத்தைச் சிறப்பாக எடுப்பது மட்டும்தான். என்னை நம்பிய எழுத்தாளர், தயாரிப்பாளர் பெயர்களைக் கெடுக்காமல் அவர்களுக்கு மேலும் நல்ல பெயரைச் சம்பாதித்துத்தர வேண்டும் என்பது மட்டும்தான் என்னுடைய நோக்கமாக இருந்தது.

'வறுகறி' சிறுகதையைப் படமாக்கத் தூண்டியவை இரண்டு காரணங்கள். ஒன்று, சிறுகதையின் இறுதி வரிகள். "வாய்க்காலில் சாய்ந்த தாத்தனைத் தாங்கிப் பிடிக்கக் குமரேசனைத் தவிர அங்கு யாருமில்லை." இரண்டு, உணவு அரசியலைப் பேசும் சரியான திரைப்படம் வரவில்லை, அதைச் சரியாகச் சொல்வோம் என்று எண்ணியதுடன், பன்றியை மையமாக வைத்தும் தமிழில் படம் வராமல் இருந்தது ஒரு காரணம். ஏனென்றால், பன்றி என்று சொன்னாலே ஏதோ கெட்ட வார்த்தைபோல் நினைக்கும் சமூகத்தில் நாம் பன்றியை வைத்துப் படம் எடுத்து எல்லா இறைச்சியும் ஒன்றுதான் என்று ஒரு புது விதியை உருவாக்குவோம் என்று நினைத்தேன்.

வறுகறி சிறுகதையை இன்று சேத்துமானாக உருவாக்கியிருக்கிறேன். சேற்றில் இருக்கக்கூடிய மான்தான் பன்றி. அதனால் படத்திற்குச் 'சேத்துமான்' என்று தலைப்பு வைத்தேன். சேத்துமான் திரைப்படத்திற்கு ஊடகங்கள் எழுத்தாளர்கள், இயக்குநர்கள், நண்பர்கள் என்று அனைத்துத் தரப்பிலிருந்தும் பாராட்டுகள் வந்துகொண்டிருக்கின்றன. தமிழ் சினிமாவில் சிறுகதையை வணிக சமரசங்களுக்கு உட்படுத்தாமல் தரமான திரைப்படமாகக் கொடுக்க முடியும் என்று நிறைய உதவி இயக்குநர்களுக்கு நம்பிக்கை கொடுத்து ஒரு விதியை உருவாக்கியிருக்கிறது சேத்துமான். எழுத்தாளர், தயாரிப்பாளர், என் குடும்பம், நண்பர்கள், உதவி இயக்குநர்கள், பணியாற்றிய தொழில்நுட்பக் கலைஞர்கள், நிர்வாகிகள் அனைவருக்கும் இதில் பங்கு உண்டு. அவர்கள் எல்லாருக்கும் என் நன்றியைத் தெரிவித்துக்கொள்கிறேன்.

இயக்குநர் தமிழ்

என்னுரை

புகழ் மிகுதி

பா. இரஞ்சித் தயாரிப்பில் 'தமிழ்' இயக்கி சோனி லைவ் தளத்தில் வெளியாகியிருக்கும் திரைப்படம் 'சேத்துமான்.' 'காலச்சுவடு' இதழில் (நவம்பர் 2012) வெளியான எனது 'வறுகறி' கதையின் திரை வடிவம் இப்படம். நான் எழுதிய முதல் நாவல் 'ஏறுவெயில்' 1991இல் வெளியானபோது இயக்குநர் பாலுமகேந்திரா அதைப் படமாக்கும் எண்ணம் கொண்டு என்னை அழைத்துப் பேசினார். சில படிநிலைகள் கடந்தும் படமாக்கம் நடக்க வில்லை. அதன் பின்னும் என் கதைகளைப் படமாக்கும் நோக்கத்துடன் எத்தனையோ அணுகல்கள். இதோ படமே வெளியாகப் போகிறது என்னும் ஆர்வத்துடன் பேசும் பல குரல்களைக் கேட்டிருக்கிறேன். கனவுலகமான திரைத்துறையில் பல்லாண்டுகள் உழன்றும் எப்படித் தம் கனவுகளை இவர்கள் தக்க வைத்துக்கொண்டிருக்கிறார்கள் என்று வியப்பேன்.

சிலரது பேச்சும் கதை சொல்லும் பாங்கும் ஈர்த்ததால் எழுதிக் கொடுக்கும் முயற்சியிலும் இறங்கியதுண்டு. என் நேரமும் நாட்களும் வீணாயின. ஆவேசத்தோடு வந்து பேசியோர் சில மாதங்களில் எங்கே போனார்கள் என்றே தெரியாது. திரைப்படக் கல்லூரியில் பயிலும் மாணவர்களில் ஓரிருவர் தம் தேர்வுக்காக என் சிறுகதைகளைப் படமாக்கியது தவிரப் பொதுவெளியில் ஒன்றும் நடக்கவில்லை. திரைத்துறை சார்ந்து அவநம்பிக்கை கொண்டவன் ஆனேன். ஆனால் ஆர்வத்தோடு வருவோரிடம் பேசுவதைத் தவிர்க்கவில்லை. பெருங்கனவோடு பல்லாண்டுகள் தம் வாழ்வைப் பணயம் வைத்து அத்துறையில் இருந்தும் சரியான வாய்ப்புகள் அமையாமல் தவிக்கும் பல முகங்களைக் கண்டிருக்கிறேன். அவர்களை இரக்கத்தோடு அணுகினேன். அவர்களிடம் நயமாகப் பேசி விலகிக்கொள்வதற்குச் சில தந்திர உத்திகளைப் பயன்படுத்தத் தொடங்கினேன்.

'வறுகறி' கதைக்குப் படமாகும் அதிர்ஷ்டம் இருந்திருக்கும்போல. கதை வெளியான சில மாதங்களி லேயே லியோ என்னும் நண்பர் என்னை வந்து சந்தித்து அக்கதையை அரை மணிநேரம் வருமளவுக்குக் குறும்படமாக எடுக்கும் எண்ணத்தைச் சொன்னார். அவரது ஆர்வம், திரை அனுபவம் ஆகியவை நம்பிக்கை கொடுத்தன. குறும்படத்திற்குப் பெரிய நிதியும் தேவைப்படாது என்று கருதி ஒப்புதல் கொடுத்தேன். நாமக்கல் பகுதியில் சுற்றிக் களத்தையும் தேர்வு செய்தார். எலிமேடு வடிவேல் வாத்தியார் தெருக்கூத்துக் குழுவை அறிமுகப்படுத்திவைத்தேன். அக்குழுவிலிருந்து சில நடிகர்களைத் தேர்வு செய்து கொள்வதாகவும் சொன்னார். ஆர்வமும் இலக்கியப் பார்வையும் அமைந்திருந்த அவ்விளைஞரின் முயற்சி உருப்பெறவில்லை.

'மாதொருபாகன்' பிரச்சினையால் அலைக்கழிக்கப்பட்டு உயர் நீதிமன்றத் தீர்ப்பால் 2017இல் மீண்டும் நாமக்கல் வந்து சேர்ந்தேன். அப்போது ரமேஷ் என்னும் 'தமிழ்'

என்னைச் சந்திக்க வந்தார். வறுகறியைப் படமாக்கும் எண்ணத்தைச் சொன்னார். ஏற்கனவே பட்ட அனுபவத்தில் என்னால் நம்பிக்கை கொள்ள முடியவில்லை. அதுவும் நான் உரையாடல் எழுத வேண்டும் என்றார். இது என் நேரத்தைக் கொல்லும் வேலைதான் என முடிவு செய்தேன். தவிர்க்கும் என் தந்திரங்கள் அவரிடம் பலிக்கவில்லை. அவர் ஈரோட்டைச் சார்ந்தவர். ஊருக்கு வரும்போது என்னைச் சந்திக்க வந்துவிடுவார். கதை பற்றிப் பேசுவதற்கெனவே வந்துவிட்டு ஊருக்குப் போவார். நான் சென்னை செல்லும் சந்தர்ப்பங்களை அறிந்து அங்கும் சந்திக்க வருவார். திரை அனுபவம், கதையை உள்வாங்கிக்கொண்ட விதம் எல்லாம் நம்பிக்கை தந்தன. திரைப்படத்திற்கு நிதி ஆதாரம் முக்கியம் அல்லவா? அதற்கு என்ன செய்யப்போகிறார் என்னும் கேள்விதான் எனக்கிருந்தது.

பொதுவாகப் பேச வருவோர் தயாரிப்பாளர் முடிவாகி விட்டதாகவே பேசுவார்கள். நான் ஒப்புதல் தந்துவிட்டால், எழுதிக் கொடுத்துவிட்டால் போதும், உடனே அலுவலகம் தொடங்கிவிடலாம் என்னும் அளவுக்கு பேச்சிருக்கும். அவர்களுக்கு அது பொய் எனத் தெரிந்திருக்கும். தொடக்கத்தில் எனக்கு அது தெரியவில்லை என்றாலும் தொடர் அனுபவத்தில் இத்தகைய பொய்களை எளிதாகக் கண்டுணரும் திறன் வாய்த்தது. எழுத்துப் பிரதியை உருவாக்கிய பிறகு அதைக் கொடுத்துத்தான் தயாரிப்பாளரைக் கண்டுபிடிக்க வேண்டும் என்னும் உண்மையைச் சொல்வோரும் உண்டு. அதன் சாத்தியம் அத்தனை எளிதல்ல. சிலர் என்னையே தயாரிப்பாளரைப் பிடித்துத்தரச் சொல்லிக் கேட்டதுண்டு. எனக்கு எந்த வகையிலும் தொடர்பில்லாத துறைக்குள் நுழைந்து ஒருவரிடம் பேசிப் பெருந்தொகை முதலீடு செய்யவைக்கும் திறன் எனக்கிருப்பதாக அவர்களுக்கு எப்படித் தோன்றியது என இன்றுவரை விளங்கவில்லை. ஆனால் நிதி தொடர்பாகத் 'தமிழ்' என்னிடம் பொய் சொல்லவில்லை.

தயாரிப்பாளர் எவரும் கைவசம் இல்லை என்று உண்மையைச் சொன்னார். கதை வசனம் இரண்டுக்கும் என் பெயர்தான் இடம்பெறும் என்றும் உறுதி கொடுத்தார். பிரதியை எடுத்துச் சென்று தயாரிப்பாளர் ஒருவரை ஒப்புக் கொள்ளச்செய்ய முடியும் என்னும் போலி உறுதியையும் தரவில்லை. 'எனக்காக என் குடும்பத்திலிருந்து ஐந்து லட்சம் ரூபாய் தருவார்கள். என் நண்பர்கள் ஐந்து லட்சம் புரட்டித் தருவதாகச் சொல்லியிருக்கிறார்கள். பத்து லட்சத்தில் சிக்கனமாகப் படத்தை எடுத்துவிட முடியும் என்று நினைக்கிறேன். எடுத்த பிறகான வேலைகளுக்குப் படத்தைப் பார்த்து முதலீடு செய்ய யாராவது கிடைப்பார்கள் என்னும் நம்பிக்கை இருக்கிறது' என்றார். தன் வாழ்வைப் பணயம் வைக்கும் அவர் திட்டம் என்னுள் கசிவை உண்டாக்கிற்று.

சிறுகதையை இரண்டு மணிநேரப் படமாக்குவது கடினம். ஆனால் இந்தக் கதையில் அதற்கான வாய்ப்புகள் இருந்தன. பங்காளிகளுக்கு இடையே சண்டை வருவதற்கான காரணம் ஒரு வேப்பமரம். அதை வைத்துச் சில காட்சிகளை உருவாக்க முடியும். நல்ல பன்றியைத் தேடிச் செல்வது பற்றிக் கதையில் ஓரிரு வரிகளே வரும். அதைக் காட்சிகளாக விரிக்க முடியும். குமரேசனின் பள்ளி அனுபவம் கதையில் ஒரு பத்தி அளவுக்கு வரும். அவன் சாதியைக் குறித்தும் கறி தின்னும் பழக்கம் பற்றியும் ஆசிரியர் கேலி செய்வார். அந்தப் பகுதியை நன்றாக விரித்து ஆசிரியரை ஒரு முழுமைப் பாத்திரமாகவும் ஆக்கலாம். இப்படி இடம்பெறும் வரிகள், பத்திகள் காட்சியாகும் தன்மை கதைக்குள் இருந்தது. அதைப் பற்றி உரையாடினோம். கதையின் சாரத்துக்கு உதவும் வகையில் சில புதிய பாத்திரங்களையும் அவர் நுழைத்தார்.

கதையில் குமரேசனுக்குத் தாத்தா பாட்டி, தாய் தந்தை என எல்லா வகை உறவும் கொண்ட பெருங்குடும்பம் இருந்தது. திரையில் அது வேண்டாம் என்று தாத்தாவை மட்டும் 'தமிழ்' எடுத்துக்கொண்டார். அதற்கு ஒரு

முன்கதை தேவைப்பட்டது. 2011இல் நான் எழுதிய 'மாப்புக் குடுக்கோணுஞ் சாமீ' கதை அதற்குப் பொருத்தமாக இருக்கும் என்று 'தமிழ்' சொன்னார். எனக்கும் அது சரியாகப் பட்டது. பிறகு 'தமிழ்' திரைக்கதையை உருவாக்கி னார். 2017, 2018 ஆகிய இரு ஆண்டுகள் உள்நாட்டிலும் வெளிநாட்டிலுமாக எனக்குப் பல பயணங்கள் இருந்தன. அவற்றினூடே உரையாடல் எழுதி என் பங்கை முடித்துக் கொடுத்தேன். பின்னர் அவ்வப்போது நேரும் மாற்றங்கள் குறித்து அவர் என்னோடு கலந்து பேசினார். என் பங்களிப்பு அவ்வளவுதான்.

2010இல் கிராமத்துச் சாதிகள் ஒவ்வொன்றையும் வைத்து ஒவ்வொரு சிறுகதை எழுத வேண்டும் எனத் திட்டமிட்டேன். 2011இல் ஒன்றும் 2012இல் ஒன்றுமாக இரு கதைகள் எழுதினேன். இரண்டுமே உணவு அரசியலைப் பேசுவதாக அமைந்தன. 'மாப்புக் குடுக்கோணுஞ் சாமீ' மாட்டுக் கறி தொடர்பானது. 'வறுகறி' பன்றிக் கறியை மையமாகக் கொண்டது. இரு கதைச் சம்பவங்களும் நடப்பது ஐம்பது அறுபது ஆண்டுகளுக்கு முந்தைய காலம். காலத்தைக் குறிப்பிட்டுச் சொல்வது என் இயல்பல்ல. தமிழ் அக இலக்கிய மரபில் கருப்பொருள்கள் மூலமாகக் காலத்தை உணர்த்துவதுண்டு. அதை நுட்பமாகக் கண்டுதான் உணர முடியும். அதையே காலத்தைக் குறிக்க ஓர் உத்தியாக என் கதைகளில் கையாள்வேன். இக்கதைகளில் புழங்கு பொருட்கள் மூலம் காலம் விளங்கும்.

இரண்டு கதைகளிலும் இடம்பெறும் சாதி வேறுவேறு. 'மாப்புக் குடுக்கோணுஞ் சாமீ' கதையில் அருந்ததியர். கொங்குப் பகுதி வேளாண் வாழ்விலும் இன்றைய தொழில் துறை வளர்ச்சியிலும் பெரும்பங்கு உழைப்பை வழங்கிய அம்மக்கள் தம் உணவுப் பழக்கத்தால் அனுபவிக்க நேரும் வன்முறை ஒன்றின் சிறு சித்திரம் அக்கதை. அதில் ஆதிக்கக் குறியீடாகத் தடிகள் அமையும். தவறான புரிதலால், தூண்டலால் வன்முறை ஏவப்படுவதைக் கதை

காட்டும். அக்கதைக் காட்சிகள் 'சேத்துமான்' படத் தொடக்கத்தில் ஓவியக் காட்சிகளாக அமைந்துள்ளன. படத்தின் இடையில் பூச்சித் தாத்தாவின் வாக்கிலும் அக்கதை நினைவுகூரப்படுகிறது.

'வறுகறி' கதையில் இடம்பெறுவது 'தொம்பர்' என்னும் சாதி. வேட்டையாடுதல், பன்றி வளர்த்தல், கூடை முடைதல் முதலிய தொழில்களைச் செய்பவர்கள் அச்சாதியினர். நாடோடிகளாக இருந்து தற்போது ஓரிடத்தில் நிலைபெற்று வாழ்கிறார்கள். நாமக்கல் மாவட்டத்தில் கூத்துக் கலையிலும் அவர்களின் பங்கு பெரிது. சிறு வயதிலிருந்து அவர்கள் வாழ்வைப் பார்த்துவந்திருக்கிறேன். அவர்களுக்கும் இப்பகுதியின் ஆதிக்கச் சாதியினருக்கும் இடையே உள்ள உறவைப் பற்றிய சில சித்திரங்களும் என் மனதில் இருந்தன. இந்த அடிப்படையில் உருவானதுதான் 'வறுகறி.'

இரு கதைகளுமே சம்பவ வலு கொண்டவை. கொங்குப் பகுதி வாழ்வியலைச் சார்ந்தவை. இரு கதைகளிலும் இருக்கும் புலால் உணவுதான் இக்கதைகளைப் பொருட்படுத்தத் தக்கவையாக ஆக்கியிருக்கின்றன. வாழ்வியல் சூழல் காரணமாக உணவுப் பழக்கம் அமைகிறது. உணவில் என்ன ஏற்றத்தாழ்வு இருக்கிறது? குறிப்பிட்ட ஒருவர் உண்பதால் அவ்வுணவு உயர்வானதாகவோ தாழ்வானதாகவோ கருதப்படுவதை எப்படிப் புரிந்துகொள்வது? இன்றும் நட்பில், உறவில் உணவுப் பழக்கம் முக்கிய இடம்பெறுகிறது. சாதி மறுப்புத் திருமணங்களை எதிர்ப்போர் முன்வைக்கும் முதன்மைக் காரணம் உணவு. நேரடியாகச் சாதியைச் சொல்லி எதிர்க்காமல் உணவைக் கூறி எதிர்ப்பது ஒருவகைத் தந்திரம்.

இன்றைய திருமண வலைத்தளங்களில், மணமகன்/ மணமகள் தேவை விளம்பரங்களில் உணவுப் பழக்கத்திற்கு முக்கிய இடம் இருக்கிறது. உணவை ஒவ்வொருவரின்

தனிப்பட்ட விருப்பாகக் காண்பதற்குச் சாதியச் சமூக மனம் தடையாக இருக்கிறது. உணவுப் பழக்கத்தை வைத்து ஒருவரைக் கேலி செய்யும் போக்கும் எல்லாத் தளங்களிலும் உண்டு. சாதிக்கு அஞ்சியும் உறவுக்குப் பயந்தும் மறைவாக உண்ணுவோர் எண்ணிக்கை கூடியிருக்கிறது. ஆனால் பொதுவெளியில் உணவை இழித்தும் உயர்த்தியும் பேசும் பார்வை குறையவில்லை.

இன்று உணவரசியல், உணவுச் சமத்துவம் பற்றிய உரையாடல் முகிழ்த்திருக்கிறது. இச்சூழலில் இவ்விரு கதைகளைக் கொண்டு எடுத்துள்ள 'சேத்துமான்' திரைப்படம் இணையத்தில் வெளியானபோதும் பல பார்வைகளைப் பெற்றுள்ளது. சமூக வலைதளங்களிலும் ஊடகங்களிலும் மதிப்பான விமர்சனங்கள் வெளியாகியிருக்கின்றன. படத்தை நுட்பமாகப் புரிந்துகொள்ளவும் பல கோணங்களில் காணவும் அதற்கு ஆதாரமான கதைகள் பயன்படும். ஒரு கதை படமாகும்போது நேரும் மாற்றங்கள், கதைக்குச் செய்யும் நியாயம், வெவ்வேறு வகை ஊடகங்களில் ஒரே கதை பேசப்படும் விதம் பற்றியெல்லாம் விரிவாகக் காணலாம். அந்த அடிப்படையில் இந்த நூல் உருப்பெற்றிருக்கிறது.

நான் எழுதத் தொடங்கி முப்பத்தைந்து ஆண்டு காலம் ஆகியும் 'மாதொருபாகன்' நாவல் பிரச்சினை வெடிப்பினாலும் ஓர் எழுத்தாளனாக அடைந்த கவனத்தை விடவும் ஒரே ஒரு திரைப்படம் மூலமாகக் கிடைத்திருக்கும் புகழ் மிகுதி என்பதைக் கள யதார்த்தம் உணர்த்துகிறது. ஆதங்கத்தோடுதான் என்றாலும் இந்தப் 'புகழ் மிகுதி' என் எழுத்து வாழ்வின் அடுத்த பரிமாணம் என்று எடுத்துக் கொள்ளவே விழைகிறேன். இப்படத்தைப் பேசுவோர் அதற்கு ஆதாரமான இலக்கியத்தைக் குறித்தும் கவனம் கொள்ள வேண்டும் என்னும் எண்ணத்தில் இவ்விரு கதைகளையும் தனிநூலாக்கம் செய்திருக்கிறோம். கதைகளைப் படமாக்கும் எண்ணம் உள்ளவர்களுக்கும் இந்நூல் உதவும் என்னும் நம்பிக்கை இருக்கிறது.

இந்நூல் எண்ணத்தை விதைத்த காலச்சுவடு கண்ணன், ஒத்துழைப்பு நல்கிய இயக்குநர் தமிழ், என் எழுத்துக்கள் மீது தனி ஈர்ப்பு வைத்துள்ள பா. இரஞ்சித், இப்படத்திற்கென அற்புதமான சுவரொட்டிகளை உருவாக்கிய ஓவியர் தாமோ நாகபூசணம் ஆகிய அனைவருக்கும் நன்றிகள்.

சேத்துமான் படத் தொடக்கத்தில் பெயர் போடும்போது இடம்பெற்ற ஓவியங்கள் இந்நூலில் 'மாப்புக் குடுக்கோணுஞ் சாமீ' கதைக்குப் பயன்பட்டுள்ளன. அவற்றை வரைந்த ஓவியர் எழில் பெர்னாண்டஸ் அவர்களுக்கும் இந்நூலின் பின்னட்டையில் இடம்பெற்றுள்ள என் புகைப்படத்தை எடுத்தவராகிய புதுவை இளவேனிலுக்கும் இந்நூல் தயாரிப்பில் பங்காற்றிய காலச்சுவடு பணியாளர்களுக்கும் நன்றி.

28-06-22
நாமக்கல்   **பெருமாள்முருகன்**

வறுகறி

தாத்தன் செத்தபோது குமரேசனுக்கு ஏழெட்டு வயதிருக்கும். அந்த ஊரில் வயிற்றுப் பாட்டுக்குப் பிரச்சினை அவ்வளவாக

இல்லை என்பதால் ஓராண்டுக்கு மேல் நிலையாக அவன் குடும்பம் அங்கே தங்கியிருந்தது. பறவைகள் கும்மாளமிடும் ஏரிக்கரையோரப் பாறைச் சிறுகுடிசை அவர்களின் வசிப்பிடம். நீர்ப்பறவைகளை வேட்டையாடுவது அவர்களின் தொழிலல்ல. ஊரார் யாரும் எச்சமயத்திலும் பறவைகளுக்கு ஊறு விளைவிப்பதில்லை. ஆகவே அவற்றோடு விளையாடி மகிழ்ந்திருந்தான். தாத்தா பாட்டி யுடன் அவன் குடும்பமும் சித்தப்பன் குடும்பமும் எனப் பன்னிரண்டு, பதின்மூன்று பேர் இருந்தார்கள்.

பாட்டிக்குத் தினம் ஒரே வேலை. முன்னிரவில் ஊருக்குள் போய் வருவாள். மூன்று சட்டிகளே அவள் சொத்து. அவள் கைச்சட்டியில் சோறு நிறைந்திருக்கும் நாளில் 'நெறசட்டி கட்டியாள்ற மவராசருங்க ஊரு' என்பாள். குறைந்திருப்பின் 'கழுவிக் கமுத்துன வெறுஞ்சட்டிப் பிசுனாரி ஊரு' என்பாள். தூங்கிவிட்ட பிள்ளைகளை யும் எழுப்பிக் கை நிறையக் கொடுப்பாள். பெரும்பாலும் கம்மஞ்சோற்று உருண்டைகள் சாற்றோடு கலந்து கிடக்கும். களியைத் தனிச்சட்டியில் வாங்கியிருப்பாள். உருண்டைகள் மிஞ்சினால் தண்ணீரில் போட்டு வைப்பாள். ஊறிய களியைக் கரைத்துக் குடித்துவிட்டுப் பகலெல்லாம் பெருவேம்பின் அடியில் சுகமாகப் படுத்திருப்பாள். அவளுக்கு விருப்பமிருந்தால் விறகு வெட்டுவது, தண்ணீருக்குப் போய் வருவது எனச் செய்வாள். மூன்று சட்டிகளையும் கழுவிச் சோற்று நாற்றம் போக வெயிலில் உலர்த்துவது தவறாத வேலை.

அவன் அம்மாவும் சித்தியும் மற்ற பெண்பிள்ளைகளும் கட்டைக்கொடி வெட்டி வரக் காடுகாடாகச் சில நாள் போவார்கள். நீண்டு செல்லும் கிழுவை வேலிகளில் கட்டைக் கொடிகள் ஏறிக் கிடக்கும். நடுவிரல் தடிமன் அளவு பெருத்த கொடிகளையே வெட்டுவார்கள். ஓரளவு கொடி சேர்ந்ததும் அவை வெயிலில் காயும். இணக்கம் கிடைக்கும் அளவு வாடியதும் கொடிகளைக் கொண்டு ஓட்டுக்கூடை பின்னுவார்கள். ஐந்தாறு கூடை சேர்ந்ததும்

அவற்றைக் குடியானவர்களின் காடுகளுக்கு எடுத்துச் சென்று கொடுத்தால் தவசமோ பணமோ கிடைக்கும். ஓரிரு சந்தைகளுக்கும் போவதுண்டு. கட்டைக்கொடியைத் துண்டிக்காமல் வெகுநீளம் விட்டு அவர்கள் பின்னும் ஒட்டுக்கூடை மீது குடியானவர்களுக்குப் பெருவிருப்பம். கட்டைக்கொடி காயக்காய ஒட்டுக்கூடை லேசாகும். சாணியும் குப்பையும் அள்ளவும் உதறவும் அவையே வாகு. அரிவாளால் வெட்டினால் ஒழியத் துண்டாகாது. வெகுநாள் உழைக்கும்.

அந்தியில் மட்டுமே ஏரிக்குள் அடுப்பு புகையும். பெண்களின் வருமானம் சோற்றுக்குப் போதும். சாறு காய்ச்ச ஆண்கள் எப்படியும் கறியைத் தயார் செய்துவிடுவார்கள். நாள் முழுக்க ஆண்களுக்கு அதுதான் வேலை. பகலெல்லாம் புதர்களையும் வங்குகளையும் அணைந்து கிடப்பார்கள். வெள்ளாமைக் காலத்தில் இரவுகளிலும் அவர்களின் வேட்டை தொடரும். எலி, பெருக்கான், முயல், உடும்பு என ஏதாவது ஒன்று தினமும் மாட்டிக்கொள்ளும். காடை, கௌதாரிகளைக் கண்ணி வைத்துப் பிடிப்பார்கள். அந்த ஊரில் தென்னைகளும் இருந்தன. அவற்றில் அணில்கள் ஏறிக் குரம்பைகளைக் கடித்து உறிஞ்சித் துப்பும். தென்னைக்காரர்கள் தேடி வந்து அணில்களைப் பிடிக்கச் சொல்வார்கள். கிட்டி வைத்தால் ஓரிரு நாட்களில் அணில்களின் எண்ணிக்கை குறைந்துவிடும். அணில்கறி நெய் வடியும் ருசி. விதவிதமான கறிச்சுவை கண்டு சுற்றித் திரிந்தான்.

தாத்தனுடனும் அப்பனுடனும் காடு மேடாகத் திரிந்துகொண்டிருந்தவனைக் கட்டாயப்படுத்தி மதிய உணவுக்காகப் பள்ளிக்கூடத்தில் வைத்தார்கள். அவன்சோட்டுப் பையன்களை வாத்தியார் குறி வைத்துப் பெருமளவு வெற்றியும் பெற்றிருந்தார். மதிய உணவுத் திட்டம் தொடங்கிய சமயம் அது. சில நாள் போவான். சில நாள் எங்காவது ஓடி ஒளிந்துகொள்வான். கோதுமைச் சோறு போடும் நாளில் அவனைப் பள்ளிப் பக்கமே

பார்க்க முடியாது. ஒரே ஒரு வாத்தியார். சிறு குழந்தையில் எலிக்குஞ்சு போல இருந்ததால் 'எலியான்' என்றே அதுவரை எல்லாரும் அவனைக் கூப்பிட்டார்கள். வாத்தியார்தான் அவனுக்குப் பெயர் சூட்டினார். அவனை அடிக்க மாட்டார். செல்லமாக ஏதாவது சொல்வார். அடித்தால் ஓடிப் போய்விடுவான். பள்ளியில் எண்ணிக்கை குறைந்துபோகும். அதனால் அந்தச் செல்லம். பெயர் சூட்டியிருந்தாலும் அது 'அட்டன்டன்ஸ் பெயர்'தான். 'டேய் நாடோடிப்பயலே' என்று கூப்பிடுவார். 'ஓடக்கானையும் பல்லியையும் தவிர எல்லாத்தையும் சாப்பிடுவாண்டா இவன்' என்று அவ்வப்போது கேலி பேசுவார்.

ஊர் முழுக்கக் குடியானவர்களே வசித்தனர். அந்தப் பெண்கள் பன்றிக் கறி சமைக்கவும் மாட்டார்கள்; சாப்பிடவும் மாட்டார்கள். ஆனால் ஆண்களை அப்படிச் சொல்ல முடியாது. அவர்கள் பன்றி வெறியர்கள். மூன்று மாதங்களுக்கு ஒருமுறையேனும் சாப்பிடாவிட்டால் வெள்ளையனால் முடியாது. 'ஒடம்பு சூடாயிருச்சு' என்றோ 'ஒழுங்கா வெளியில போவ முடியில' என்றோ அவர் யாரிடமாவது சொல்ல ஆரம்பித்தால் பன்றிக் கறிக்கு அடி போடுகிறார் என்று அர்த்தம். அடுத்த ஒருவாரத்திற்குள் அப்படி இப்படி என்று பத்துப் பதினைந்து கூறுக்கு ஆள் சேர்த்துவிடுவார். கூறு இரண்டு ரூபாய். பன்றியைப் பொறுத்துக் கூறுகளின் எண்ணிக்கை மாறும். பத்துப் பேர் சேர்த்து அவர்களிடம் இரண்டிரண்டு ரூபாய் முன்பணமும் வாங்கியாயிற்று என்றால் உடனே பன்றி தேட ஆரம்பித்துவிடுவார்.

மனைவியைச் சமாளிப்பதுதான் அவருக்குக் கஷ்டம். பேச்சுக்குப் பேச்சுப் 'பீத்தின்னி' என்று திட்டுவாள். 'பன்னிக் கறி திங்கலீன்னா இந்தப் பீத்தின்னிக்கு வீங்கிப் போயிரும்' என்று சாடை பேசுவாள். 'எந்தக் குடியானச்சியாச்சும் முருவானப் பன்னின்னு சொல்லுவாளா' என்பதோடு அவர் நிறுத்திக் கொள்வார். வீட்டுக்குப் போவதைத் தவிர்த்துவிட்டுக் காட்டுப் பக்கமே சுற்றிக்கொண்டிருப்பார்.

சுற்று வட்டாரத்தில் பன்றி வளர்க்கும் இடங்கள் எல்லாம் அவருக்கு அத்துபடி. தினம் ஓரிடம் என்று போய்வருவார். பத்துப் பதினோரு மணிக்கு அங்கே இருக்கிற மாதிரி போவார். காலை நேரத்தில் முருவான்கள் சுறுசுறுப்பாகப் போய் உணவு தேடிவிட்டு வெயில் நேரத்தில் வந்து வீடடைந்து படுத்துக் கிடக்கும். அவரோடு பேச்சுத் துணைக்கு என்று பெரும்பாலும் குமரேசனின் தாத்தனைக் கூட்டிச் செல்வார். தாத்தனை அந்த ஊரில் எல்லாரும் 'பூச்சி' என்று கூப்பிடுவார்கள். பூச்சியிடம் 'மனசனாட்டம் வேவாத வெயில்ல எந்த மிருகமும் வேல செய்யாதப்பா. வெயில் நேரத்துல ஊடடடஞ்சு சொகமா இருக்கோணும். முருவானப் பாத்தே அதத் தெரிஞ்சுக்கலாம்' என்று சொல்வார். கிழடாகவும் இல்லாமல் பிஞ்சாகவும் இல்லாமல் பருவமாகப் பார்த்து முடிவு செய்வார். பூச்சி என்ன சொல்கிறார் என்று கேட்டுக்கொள்வார்.

நான்கைந்து இடங்களையும் பார்வையிட்டு விட்டுத்தான் விலை கேட்க ஆரம்பிப்பார். விலை படிந்தால் ஒருவாரம் தவணை சொல்லி முன்பணமும் கொடுத்துவிட்டு வருவார். முடிவானதும் எத்தனை கூறு வரும் என்பதையும் கணக்கிட்டுவிடுவார். இன்னும் ஆள் சேர்க்க வேண்டியிருந்தால் அதற்கு முயல்வார். பார்க்கிற ஆட்களிடம் எல்லாம் 'முருவானப் பாக்கோணுமே அப்பிடியே வெள்ளாட்டுக்கெடா மாதிரி. பீத்திங்கற பக்கமே உடாத வளத்தறானப்பா ரங்கன். குச்சிக்கெழங்கு மாவு போட்டுத் திங்கடிக்கறான். டவுனுப்பக்கம் போயி சோத்தோட நீத்தண்ணி கொடங்கொடமா எடுத்தாந்து ஊத்தறான். அதுவ உலும்பித் திங்கறதப் பாக்கோணுமே. நம்புளுக்கும் ஆசயா இருக்குது. நாம்ப ஆடு வளக்கற மாதிரியேதானப்பா. என்ன, ஆட்டோட இது ஒடம்புக்கு ரொம்ப ரொம்ப நல்லதுதான் பாத்துக்க' என்பார். 'அட எல்லா முருவானுமாப்பா பீத்திங்குது? வரப்பீய மருக்குமருக்குன்னு திங்கற ஆடுவகூடத்தான் இருக்குது' என்று பலமாதிரி பேசுவார். பன்றிக் கறி சாப்பிட்டுப்

பழக்கம் இல்லாதவர்க்குக்கூட ஒருமுறை சாப்பிட்டுப் பார்க்கலாம் என்று எண்ணம் தோன்றிவிடும். கறி போடும் நாளாக வியாழக்கிழமையைத் தேர்வு செய்வார். அன்றைக்கு வேறு பிரச்சினை ஏதும் இருக்காது. ஞாயிறு, புதன் கிழமைகளில் ஆடு, கோழி என்று வீட்டில் செய்யக்கூடும். அதுவா இதுவா என்று யாருக்கும் குழப்பம் ஏற்படும். அதைத் தவிர்க்கவே வியாழக்கிழமை.

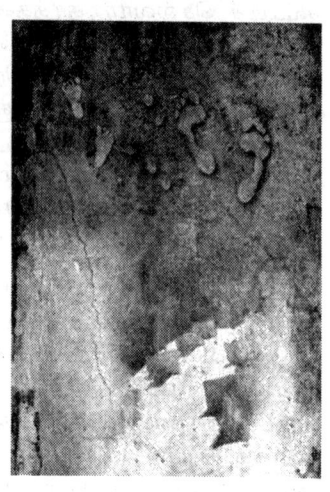

பன்றிக் கறி போடும் திட்டத்தில் இறங்கிவிட்டால் அவருக்குப் பூச்சி துணை இல்லாமல் முடியாது. ஒவ்வொரு முறையும் தாத்தனோடு வருவதாகக் குமரேசன் அடம் பிடிப்பான். அவர் வலுக்கட்டாயமாக மறுத்துவிடுவார். 'அவுங்க அடிச்சிருவாங்க' என்று பயமுறுத்துவார். போய்விட்டு வந்ததும் அங்கே கிடைத்த வறுகறிச் சுவையை நாக்கு நுனியில் நிறுத்திக்கொண்டு 'அம்மாதிரி இருந்துது' என்பார். வறுகறியில் தன் பங்கு குறைந்துவிடும் என்பதால்தான் தாத்தன் தன்னைத் தவிர்க்கிறார் என்று நினைத்தான். வறுகறியைப் பொறுத்தவரை அங்கேயே சாப்பிட்டுவிட வேண்டும். கொஞ்சம்கூட எடுத்துச் செல்லக் கூடாது என்பது எழுதப்படாத விதி. எப்படியாவது ஒருமுறை அவருக்குத் தெரியாமலாவது பின்னால் போய்விட வேண்டும் என்று நினைத்திருந்தான். வெயில் சுளீரென்று முதுகில் சாட்டை வாராய் இறங்கும்வரை கோட்டுவாய் ஒழுகத் தூங்கும் அவனுக்குத் தெரியாமலே விடிவேளையில் அவர் போயிருப்பார். தன் தூக்கத்தின் மேல் அவனுக்கு வெறுப்பாய் இருக்கும்.

அன்றைக்கும் அப்படித்தான் நேர்ந்திருக்கும். ஆனால் அவசரமாய் மல் முட்டி அவனை எழுப்பியது. ‘நீங்க கொண்டாந்து குடுக்கற தழையில வெக்கிற ரசம் அப்பிடி இருக்குமாமே. எனக்குப் பொறிச்சாந்து குடேன்’ என்று வல்லாயி வற்புறுத்திக் கேட்டதால் பாட்டி தன் வழக்கத்திற்கு மாறாக வேலிவேலியாய்ச் சுற்றிக் கிழுவங்கொழுந்து, முடக்கத்தான், புண்ணாக்குப் பூடு என்று பல தழைகளையும் பறித்துக்கொண்டுபோய்க் கொடுத்தாள். அங்கிருந்து பாட்டி வாங்கி வந்த தழை ரசத்தை வயிறு முட்டக் குடித்ததால் அந்நேரத்தில் புரண்டு படுத்து அடக்கப் பார்த்தும் முடிய வில்லை.

கண்ணைச் சரியாய்த் திறக்காமல் எழுந்து பாறை கடந்துபோய் நின்றான். ‘பன்னிக்குப் போறன். ஒரு கூறு தருவாங்க. ஆளுக்கு ரண்டுதான் வரும். சாறு காச்சிரலாமா?’ என்று தாத்தன் யாரிடமோ கேட்கும் குரல் உணர்ந்ததும் அவசரமாய் மண்டுவிட்டுக் கோவணத்தை இறுக்கிக்கொண்டு ஓடினான். ஏரி மேட்டில் அவர் ஏறும் போது ஓடிப்போய்த் தொடையைக் கட்டிக்கொண்டான். காலை அவர் எப்படி அசைத்தும் அவன் விடவில்லை. ‘வறுகறி திங்காத உடமாட்ட. செரி வந்து தொல’ என்ற பின்தான் விட்டான். ஒற்றைக் கையால் தூக்கி அவனைத் தோளில் வைத்துக்கொண்டார். நெடுநெடுத்த அவர் உருவத்தின் மேல் உட்கார்ந்திருப்பது வானில் பறப்பதைப்போலச் சுகமாயிருந்தது. கோவணம் அசைய அவர் நடப்பது கருங்கல் ஒன்று பெயர்ந்து போவதைப் போலவே தோன்றும். அவர் தலையைப் பற்றிக்கொண்டான். வெள்ளையனின் கட்டுத்தரைக்குப் போய்ச் சேர்ந்ததும் இறக்கிவிட்டார்.

நேரம் எவ்வளவிருக்கும் என்பது ஒன்றும் அவனுக்குத் தெரியவில்லை. இருள் தேன்கூடாய் அடர்ந்திருந்தது. சாணி அள்ளிய கட்டுத்தரையில் மாடுகள் தீனி தின்று கொண்டிருந்தன. வெள்ளையன் இடுப்பில் வேட்டியைச் சுற்றிக்கொண்டிருந்ததை லாந்தர் வெளிச்சத்தில் கண்டான்.

அவரும் பேருருப் பெற்றவர்தான். தாத்தனுக்கும் அவருக்கும் இந்த வேட்டி ஒன்றுதான் வித்தியாசம். காட்டில் இருக்கும்போதெல்லாம் அவரும் கோவணம்தான் கட்டியிருப்பார். முழங்கால் வரை நீண்டு தொங்கும் கோவணம். எங்காவது வெளியே கிளம்புவது என்றால் கோவணத்திற்கு மேலேயே வேட்டியைச் சுற்றிக்கொண்டு தோளில் துண்டு ஒன்றையும் போட்டுக்கொள்வார். ஆனால் தாத்தன் எங்கே போனாலும் கோவணம்தான். அவர் கிளம்பியதும் அவனை மீண்டும் தாத்தன் தோளில் ஏற்றிக்கொண்டார். நகரத்தின் விளிம்புக்குப் போக வேண்டும். அங்கேதான் ரங்கனின் பன்றிக்கிட்டி இருந்தது. இருளும் நடை வேகமும் இல்லை என்றால் கீழே விட்டு நடக்கச் சொல்லியிருப்பார். எத்தனை பேர் கறி சொல்லியிருக்கிறார்கள் என்று தாத்தனிடம் அவர் வரிசை சொல்லியபடி வந்தார். அதில் சிலரைத் திட்டிக் கொண்டிருந்தார்.

அவருடைய இணைபொலிக்காரர் செல்லைய னோடு இப்போது பேச்சு இல்லை. பொதுப்பொலியில் நின்றிருந்த வேம்பின் வாதுகளை ஆளுக்கொரு வருசம் அரக்கிவிட்டுக்கொள்வது என்பது அவர்களின் அப்பன் தாத்தன் காலத்திலிருந்து வழக்கம். மரம் பலத்து வாதுகளைப் பரப்பியிருந்தது. கதவுக்கும் நிலவுக்கும் கூட ஆகும். ஆனால் யாரும் வெட்ட உரிமையில்லை. வெள்ளாமைக் காட்டில் நிழல் விழுந்து பயிர்களைத் தீய்த்துவிடக் கூடாது என்பதற்காகத்தான் தழைகளை அரக்குவது. இரண்டு பேரும் ஒத்துவந்து மரத்தை வெட்டி விற்கலாம். அதற்குத் தேவை வரவில்லை. அதில் போன வருசம் தழைகளை அரக்கும்போது கிழக்குப் பக்கம் ஓடியிருந்த வாது ஒன்றை இரண்டு மார் அளவுக்குச் செல்லையன் வெட்டிவிட்டார். அதையும் வெள்ளையன் கவனிக்கவில்லை.

மம்மட்டிக்காம்புபோடப்பட்டறைக்குப் போனபோது அவர் செதுக்கிக்கொண்டிருந்த வேப்பங்கட்டையைப் பார்த்தார். கலப்பைக்கு வாகாகத் தோன்றியது. 'உங்க

பங்காளிதான் கலப்ப செய்யச் சொல்லிக் கட்டயக் கொண்டாந்து போட்டாரு' என்று பட்டறைக்காரர் சொன்னார். உடனே பொலி வேம்பைப் போய்ப் பார்த்தார். கிழக்குப் பக்க வாது முடமாகியிருந்தது. பொது மரத்தை எப்படி வெட்டலாம் என்று இருவருக்கும் பிரச்சினை ஆகி அடிதடி வரைக்கும் போய்விட்டது. அரிவாளைத் தூக்கிக்கொண்டு செல்லையன் துடியாய்ப் பேசினார். எனினும் வெள்ளையனும் அடங்கவில்லை. 'அரக்கும்போது அருவாத் தவறி வாதுல வெட்டு உழுந்திருச்சு' என்றும் 'எங்காட்டுப் பக்கந்தான வாது நெறைய இருக்குது. அதுல ஒன்ன வெட்ட எனக்கு உரிம இல்லயா' என்றும் செல்லையன் வாதிட்டார். வெள்ளையன் விடவில்லை. ஊர்க்கூட்டம் கூட்டினார்.

வெட்டிய வாதுக்கு நிகராக வெள்ளையனும் ஒரு வாதை வெட்டிக்கொள்ளலாம் அல்லது அதற்கெனப் பத்து ரூபாய் பணத்தைப் பெற்றுக்கொள்ளலாம் என்றும் ஊருக்குத் தண்டமாக இரண்டு ரூபாய் கொடுத்துவிட வேண்டும் என்றும் நியாயம் பேசியபின்தான் ஓய்ந்தார். வாதுக்கு நிகராக வாது என்பதை அவர் மறுத்துவிட்டார். அதேமாதிரி வாதைத் தேடி வெட்டினாலும் யாருடையது பெரிது என்று பிரச்சினை வரக்கூடும். அதனால் பத்து ரூபாய் பணத்தைக் கொடுத்துவிடட்டும் என்று சொன்னார். ஊருக்கு முன்னால் உடனொத்த பங்காளிக்குப் பத்து ரூபாய் கொடுத்ததைச் செல்லையன் மானப் பிரச்சினையாக எடுத்துக்கொண்டார். வேறு வழியில்லை. ஊர்ப்பேச்சைத் தட்ட முடியாது. அதிலிருந்து ஒருவரை ஒருவர் எதிர்கொள்ளும்போது காறித் துப்பும் அளவுக்கு உறவு முறிந்துவிட்டது.

அப்பேர்ப்பட்ட சண்டைக்காரரான செல்லையன் பன்றிக் கறி போடும்போது மட்டும் வெட்கம் இல்லாமல் சிங்கான் மூலமாகத் தனக்கும் ஒரு கூறு சொல்லி யிருந்தார். அந்த விவரம் முதலில் வெள்ளையனுக்குத் தெரியவில்லை. இரண்டு கூறு என்று சொல்லிச் சிங்கான்

சேத்துமான் கதைகள்

பணத்தைக் கொடுத்திருந்தார். யார் யாருக்கு என்று அவரும் சொல்லவில்லை. இவரும் கேட்கவில்லை. கூறுக் கணக்குப் போடும்போது எதேச்சையாகக் கேட்க விஷயம் தெரிய வந்தது. 'அவனை எப்படிச் சேர்க்கலாம்' என்று கோபமாகக் கேட்டதும் 'பொதுக்காரியம்னா நாலு பேரு வரத்தான் செய்வாங்க. அதுல சேக்காளியும் இருப்பான், பகையாளியும் இருப்பான், அதப் பாத்தா முடியுமா' என்று சிங்கான் சாதாரணமாகச் சொல்லிவிட்டார். அதைப் பற்றி விலாவாரியாகத் தாத்தனிடம் விவரித்துக்கொண்டே வந்தார் வெள்ளையன்.

குமரேசனின் குடும்பம் அந்த ஊருக்கு வந்த போதிருந்து தாத்தனுக்கும் அவருக்கும் ஒரு நெருக்கம் இருந்தது. அதற்குக் காரணம் பன்றிக் கறிதான். தாத்தனோடு சேர்ந்து அவரும் சில சமயம் வேட்டைக்குப் போவார். 'உடனொத்த குடியானவனுக்கு ஊருக்கு முன்னால காசெடுத்துக் கொடுத்ததில கெவுருதி போச்சுனா இப்ப ஆளூ வெச்சுக் கறி வாங்கிச் சப்புக் கொட்டிக்கிட்டுத் திங்கறப்ப அந்தக் கெவுருதி போவுலியா?' என்றார் அவர். 'அது செரி சாமி' என்றார் தாத்தன். அவர் எது சொன்னாலும் 'அது செரி சாமி' என்றே தாத்தன் பெரும்பாலும் சொல்வார். அப்படித்தான் சொல்ல வேண்டும் போல எனக் குமரேசனும் அப்போது நினைத்திருந்தான். 'தங்காட்டுக்குள்ளதான் நெறைய வாது இருக்குதுன்னு வெட்டுனன்னு சொன்னானே, இப்ப எங்காட்டுக்குள்ள போடற முருவாங்கறிய எப்பிடித் திங்க வாய் வருது?' என்று அவர் வேகமாகக் கேட்டுக்கொண்டிருந்தபோது ரங்கன் வீட்டுக்குப் போய்ச் சேர்ந்தார்கள்.

சொப்பியிருந்த இருள்கூடு மெல்லக் கலையத் தொடங்கியது. தோளிலிருந்து துண்டு நழுவுவதுபோலக் குமரேசன் கீழிறங்கினான். ஆளரவம் கேட்டோ இருள் விலகுவதாலோ கிட்டிக்குள் இருந்த பன்றிகள் இப்போது லேசாக உறுமத் தொடங்கியிருந்தன. வாசலில் படுத்துக் கிடந்த ரங்கனை அவர் காலால் எத்தினார். 'நடுச்சாமம்

வெரைக்கும் குடிச்சுக் கிட்டிருந்தா ஊடுன்னு தெரீமா வாசலுன்னு தெரீமா' என்றார். ரங்கன் சட்டென்று எழுந்து உட்கார்ந்தான். அவனுக்குச் சூழல் புரிபட அவர் குரல்தான் காரணமா யிருந்தது. வெளிச்சம் வந்து விட்டால் கிட்டிப் பன்றிகள் வெளியேறிவிடும். ஒன்றைப் பிடிக்க வேண்டும் என்றால் அத்தனை எளிதல்ல. பறக்கும் கோழியும் கொஞ்ச நேரத்தில் சங்கிப்போகும். ஆனால் பன்றி வெகுதூரம் ஓடினாலும்

சங்காது. துரத்தும் ஆட்கள்தான் ஓய்ந்து நிற்க வேண்டும். அதனால் அவர் கிட்டிக்குள்ளேயே பன்றியைப் பிடித்து விடவே இந்த நேரத்தில் புறப்பட்டு வருவார்.

நாற்புறமும் தோளுயர மண்சுவர்க் கிட்டிக்குள் ரங்கனோடு தாத்தனும் நுழைந்தார். அவரோடு குமரேசன் வாசலிலேயே நின்றான். 'நீ எப்படா புடிச்சுப் பழவப் போற' என்று அவர் அவனிடம் கேட்டார். அவன் பயந்து போய்த் தாத்தனின் பின்னால் ஓடினான். 'அங்கயே நில்லுடா' என்று அவனைத் துரத்தினார் தாத்தன். 'இருட்டுல மாத்திப் புடிச்சராதீங்கடா' என்று அவர் கத்தினார். ரங்கனின் குரல் பன்றிகளுக்குப் பழக்கப்பட்டது போலவே பன்றிகளின் குரல்களும் அவனுக்குப் பழக்கப்பட்டிருந்தன. அவர் பேசியிருந்த பன்றியைப் பிடித்துக் குரல்வளை மேல் கால் வைத்து ரங்கன் அழுத்திக்கொண்டான். பன்றியின் கால்களைச் சேர்த்துத் தாத்தன் கட்டினார். மற்ற பன்றிகள் பயந்து கிட்டி ஓரங்களுக்கு ஓடின. வாய்க்குக் கயிற்றுச் சுருக்கால் பூட்டுப் போட்டு வெளியே தூக்கி வந்தார்கள். மரக்கட்டைகளால் கட்டப்பட்டிருந்த பாடையில் பன்றியைப் போட்டு அதனோடு சேர்த்து

அவர் கொண்டுவந்திருந்த சேந்துகயிற்றால் இறுக்கிக் கட்டினார்கள். அதைப் பாடை என்று சொன்னால் ரங்கன் கோபித்துக்கொள்வான். இரண்டு பக்கமும் தோளில் வைக்க வாகாக வழவழப்பான ஒற்றைக் கட்டையை நீட்டிவிட்டிருந்தான். அதைப் பல்லக்கு என்றே சொல்வான். ஒவ்வொரு பன்றியையும் ஏற்றி அனுப்பிய பின்னால் 'எஞ்சாமி பல்லக்குல போவுது' என்று சந்தோசமாகக் கூவுவான்.

நிழல் போல வெளிச்சம் பரவியிருந்தபோது பன்றிப் பல்லக்கை அவர் ஒரு பக்கமும் தாத்தன் ஒரு பக்கமும் தூக்கிக்கொண்டு நடக்க ஆரம்பித்தார்கள். முன்பக்கமாய்த் தாத்தன் இருந்ததால் குமரேசன் அவரை ஒட்டி ஓட வேண்டியிருந்தது. 'பொறத்தாண்ட வாடா' என்று அதட்டினார். 'பொடிப்பயன இந்நேரத்துக்கு எதுக்குக் கூட்டியாந்தீடா பூச்சி' என்று சலிப்பாகக் கேட்டார் அவர். 'வறுகறி ரண்டு துண்டு வேணுமாம் சாமி. அதுக்குத்தான் பய தூங்காத எந்திருச்சு வந்திட்டான். நீங்கதான் சாமி பாத்துக்கோணும்' என்று வேண்டுகோள் வைத்தார் தாத்தன். 'அறியாப்பயனுக்கு ரண்டு துண்டு குடுக்கறதுல என்ன கொறஞ்சி போயிருது வா' என்று அவர் சொன்னதும் குமரேசன் உற்சாகம் பெற்றான். கட்டுக்களை மீறிப் பன்றி அவ்வப்போது அசைந்தது. உறுமவும் முயன்றது. கொஞ்ச தூரத்திற்கு ஒருமுறை தோள் மாற்றிக்கொண்டார்கள். அவர்களைத் தொடர்ந்து குமரேசன் ஓடிக்கொண்டிருந்தான்.

பச்பச்சென்று விடிந்தபோது அவர் காட்டுக்குப் போயிருந்தார்கள். ஆழக் கிணறும் அதில் குருவி குடிக்கப் போதுமான அளவு நீரும் இருந்தன. இரண்டு தென்னைகள் வெகு உயரமாய் நின்றன. அவை எப்போதும் காற்றில் ஒடிந்து விழலாம் என்பதால் அவற்றை ஒட்டி இரண்டு இளம்பிள்ளைகளை வைத்திருந்தார். அவையும் ஐந்தாறு மட்டைகளை விட்டுப் பெரும்பரப்பில் படர்ந்திருந்தன. இரவே வெட்டிப்போட்டிருந்த மட்டை ஒன்று வாய்க்காலில் வாடலோடு கிடந்தது. பன்றியைப் பல்லக்கோடு இறக்கி

வைத்துவிட்டு அவர் கட்டுத்தரைக்குப் போய்விட்டார். அவருக்கு இன்னும் சில வேலைகள் இருந்தன. அவர் வருவதற்குள் தாத்தன் பன்றிக்கான சில வேலைகளைச் செய்து வைத்திருக்க வேண்டும். அங்கே இருந்த பண்ணை யில் முதல்நாளே நீர் நிறைத்து வைத்திருந்தார் அவர். அவர் போனதும் தென்னையில் முதுகைச் சாய்த்தபடி துண்டில் முடிந்து வைத்திருந்த சுருட்டை எடுத்துப் பற்ற வைத்தார் தாத்தன்.

நீர் நிறைந்திருந்த பண்ணை குமரேசனை ஈர்த்தது. பெரிய கல்லைத் தொட்டியாகச் செதுக்கியிருந்தார்கள். இதை எப்படி, எங்கிருந்து தூக்கி வந்திருப்பார்கள் என்னும் யோசனையோடு அதை நெருங்கினான் குமரேசன். ‘டேய் பக்கத்துல போயராத. தண்ணீல கை வெச்சிட்டீன்னாப் போச்சு. நம்மள ஊர உட்டுத் தொரத்தீருவாங்க. வா இந்தண்ட’ என்று தாத்தன் அதட்டினார். பன்றிக்கு அருகில் போய் நின்றான். அது கட்டுண்டு கிடந்தது. எனினும் சிறுத்த கண்களால் அவனை உற்றுப் பார்த்தது. சிறு குச்சியை எடுத்து அதன் மூக்கில் நுழைத்தான். சுழித்து உடலை உதற முயன்றது. வாய்ச்சுருக்கு இறுகிக் கிடந்ததால் சத்தம் மெல்லவே வந்தது. உடல் முழுக்கச் சேறு படிந்திருந்தது. குட்டை வால் நெளிந்து அசைந்தது. அதைச் சீண்டி விளையாடினான்.

அதற்குள் தாத்தன் ‘வாடா இங்க. பன்னி பலத்தச் சேத்துத்துள்ளுச்சுன்னாக் கட்டுப் பிரிஞ்சாலும் பிரிஞ்சிரும். வந்து என்னோட வேலயப் பாரு. வேல செஞ்சீன்னாத்தான் ரண்டு கறி குடுப்பாங்க’ என்றார். வாடல் மட்டையைக் கீற்றாகப் பிளந்துகொண்டிருந்தார். பிளந்தவற்றைச் சேர்த்துத் திருப்பி எதிர் எதிராகப் போட்டுப் பின்னல் வேலையைத் தொடங்கினார். அவரோடு சேர்ந்து பின்ன அவனுக்கும் ஆசையாக இருந்தது. ஆனால் அவரது வேகத்திற்கு ஈடு கொடுக்க முடியவில்லை. அவரது கைக்குள் போய்ப்போய் விழுந்தான். வாயைச் சப்பிச் சலித்தபடி ‘போயி நாலு ஓல, பன்னாட எதுனாப் பொறுக்கி

எடுத்துக்கிட்டு வாடா' என்று அனுப்பினார். ஓரணப்புத் தாண்டி நின்றிருந்த பனஞ்சாரியை நோக்கி ஓடினான். ஓலைகளும் பட்டைகளும் பன்னாடைகளும் யாரோ விசிறி விட்டாற்போல் கிடந்தன. மரத்தடியிலேயே நுங்கு வெட்டித் தின்றுவிட்டுப் போட்ட தொரட்டிகள் இறைந்திருந்தன. ஓலைகளை இழுத்தபடி புழுதிக் காட்டில் வேகமாக ஓடிவந்தான். பனித்துளி விழுந்து மண் அடங்கிக் கிடந்ததால் புழுதி பறக்கவில்லை. ஓலைகளின் பரபரப்பு ஓசையில் பன்றி துள்ளிப் பார்த்தது. மறுபடியும் ஓடி ஓலையின் மேல் பன்னாடைகளையும் பட்டைகளையும் பரப்பி வைத்து இழுத்தோடி வந்தான். ஓலைவண்டி என்று அதற்குப் பெயரும் வைத்தான்.

தாத்தன் கீற்றுப் பின்னி முடிப்பதற்குள் அவன் பெருமளவு விறகைச் சேர்த்திருந்தான். 'இவ்வளவு எதுக்குடா. என்னயப் போட்டு எரிக்கவா' என்று சொல்லிக்கொண்டே ஓலைகளையும் பன்னாடைகளையும் பிரித்து வைத்து விட்டுப் பட்டைகளைத் தனியாக எடுத்துக் கட்டி வைத்தார். எடுத்துப் போனால் விறகாகும். அவன் மீண்டும் ஓலைக்கு ஓடினான். தாத்தன் திரும்பவும் சுருட்டைப் பற்ற வைத்துக் கொண்டு காத்திருந்தார். பொழுது கிளம்பி பனை உயரம் வந்த பிறகுதான் வெள்ளையன் வந்தார். சுருட்டை வேகமாக அணைத்த தாத்தன் பல்லக்கிலிருந்து பன்றிக் கட்டை அவிழ்த்தார். இப்போதுதான் பன்றி நன்றாக மூச்சு விடுவது தெரிந்தது. வயிறு ஏறி இறங்கியது. இந்த மூச்சு இன்னும் கொஞ்ச நேரம்தான். ஓலை விளையாட்டை விட்டு விட்டுப் பன்றியைப் பார்க்கத் தொடங்கினான்.

பன்றியின் முன்னங்கால்களைத் தாத்தனும் பின்னங்கால்களை வெள்ளையனும் பிடித்துத் தூக்கிக் கொண்டு போய்க் காட்டுக்குள் போட்டார்கள். வாய்க்குப் போட்டிருந்த கட்டை அவிழ்க்காமலே சேந்துகயிற்றைக் கொண்டு வாயை மேலும் இறுக்கிக் கட்டினார் தாத்தன். கயிற்றின் மறுமுனையைத் தென்னையில் கட்டினார் அவர். ஆவலோடு அருகே போன குமரேசனைப் 'போடா தூர' என்று தாத்தன் விரட்டினார். வெள்ளையன்

அவனை எதுவும் சொல்லிவிடக் கூடாது என்பதில் அவர் கவனமாக இருப்பதாகத் தோன்றியது. அவர் அவனைப் பொருட்படுத்தவில்லை. அவர் எண்ணம் முழுதும் செல்லையன் மேலேயே இருந்தது. 'இப்பிடி மூனாம் மனசன் மூலமாக் கறி எடுத்துத் திங்கறதுக்குப் பிய்யத் திங்கலாமே. மானங்கெட்ட நாயி' என்று பேசினார். செல்லையனின் அற்பத்தனங்களைப் பட்டியலிட்டுக்கொண்டே வேலையில் ஈடுபட்டார். தாத்தன் 'அது செரி சாமி' என்பதைத் தவிர வேறொன்றும் சொல்லவில்லை.

காட்டுக்குள் கிடந்த செவ்வகக் கல் ஒன்றைப் பன்றியின் முன்னால் போட்டு அதன் மேல் பன்றிவாயைத் தூக்கி வைத்து அளவு பார்த்தார்கள். அவன் தென்னையின் பக்கம் நின்றுகொண்டிருந்தான். ஒரு தென்னையை ஒட்டிச் சாய்த்து வைத்திருந்த சம்மட்டியைத் தாத்தன் எடுத்துச் சென்றார். என்ன செய்யப்போகிறார் என்பது புரியாமல் அவரையே பார்த்துக்கொண்டிருந்தான். அவர் பன்றியின் மேல் ஏறிக் கால்களால் அதை அழுத்திப் பிடித்துக்கொண்டார். கல்லில் வைத்திருந்த பன்றித்தலையில் சம்மட்டியால் தாத்தன் அடித்தார். இமைப்பொழுதும் இடைவெளி இல்லாமல் அடுத்தடுத்து நான்கைந்து அடிகள். பன்றி எந்தச் சத்தமும் இல்லாமல் அடங்கிப் போயிற்று. அவன் இதை எதிர்பார்க்கவில்லை. எப்படியும் பன்றி வெகுநேரம் துடிக்கும் என்றே நினைத்திருந்தான். அடிபட்டு வெகுநேரம் துடித்துச் சாகும் உயிர்களையே அவன் கண்டிருந்தான். சட்டென இப்படிச் செத்துப் போவது நல்லதுதான் என்று

தோன்றியது. ‘இந்த அடி வித்ததான் எனக்கெல்லாம் வர மாட்டீங்குதுடா’ என்று சொன்னவர் ‘செரி தீச்சு வெய்யி. நாம் போயி வவுத்துக்கு ஒருவா நீத்தண்ணி ஊத்திக்கிட்டு ஆயுதத்தோட வர்றன்’ என்று கிளம்பிவிட்டார்.

பன்றியின் கட்டுக்களை அவிழ்த்ததும் கால்கள் விறைத்து இழுத்தன. உயிர் போகும் இறுதி அது. பன்றியையே அசையாமல் பார்த்துக்கொண்டிருந்தவனைத் ‘தீப் பத்தப் போடு வாடா’ என்று தாத்தன் அதட்டினார். மீண்டு ஓடிப் போய்ப் பஞ்சாய் இருந்த பன்னாடை ஒன்றை அடியில் வைத்துத் தீப் போட்டான். ஓலையில் ஏறித் தீ நன்றாய்ப் பற்றியதும் பன்றியைத் தாத்தன் தீக்குக் கொண்டுவந்தார். ஓலைகளைத் தூக்கிப் பன்றியின் மேல் போட்டார். கொழுந்துயர எரிந்து ஓலை தீரத்தீர எடுத்து வந்து போட்டுக் கொண்டேயிருந்தான். பன்றியைத் திருப்பித் திருப்பித் தீக்குள் போட்டபடியே தாத்தன் இருப்பதைப் பார்த்து ஓலைகள் போதாதோ என்று தோன்றியது. அப்போது தாத்தன் அவனைக் கூப்பிட்டார்.

அரணாக்கயிற்றில் எப்போதும் தொங்கவிட்டிருக்கும் சூரியால் பன்றியின் காதுகளை அறுத்தார். அவனிடம் ஒன்றைக் கொடுத்துவிட்டு மற்றொன்றை அவர் தின்றார். சூடாகவும் மொரமொரப்பாகவும் கையில் அழுந்திய காதைக் கைமாற்றிச் சூடாற்றினான். எதுவும் செய்யாமல் அப்படியே வாய்க்குள் போட்டுத் தாத்தனால் எப்படி மெல்ல முடிந்தது? கையகலம் தட்டிப் போட்டுச் சுட்ட குச்சிக் கிழங்கு வடையைத் தின்பதுபோல ருசியாக இருந்தது காது. அதைத் தின்று முடிப்பதற்குள் வாலையும் அறுத்து அவனிடம் நீட்டினார். இதற்கெல்லாம் அவர் ஒன்றும் சொல்ல மாட்டார்போல. இவை தாத்தனின் பங்கு என்று புரிந்துகொண்டான். வால் மொறுமொறுக்கவில்லை. சதைக் கறியைத் தின்பது போலத்தான் இருந்தது. அவன் தின்பதைப் பார்த்துச் சிரித்தார் தாத்தன். அவருடைய பங்கு இன்று தனக்கு வந்துவிட்டது என்று நினைத்தான். அவர் அதைப் பற்றி ஒன்றும் நினைத்தமாதிரி தெரியவில்லை.

ஏற்கனவே எடுத்து வைத்திருந்த தேங்காய்த் தொட்டியைக் கொண்டு பன்றியின் தோலை அழுத்திச் சுரண்டினார். அவனும் அவருக்கு உதவ அருகில் போனான். 'சுடும்டா. பாத்துச் சொரண்டோனும். நீ தொடப்பக்கம் வேண்ணாச் சொரண்டு' என்று சொல்லிக்கொண்டே அவர் வேகமாகச் சுரண்டினார். அவ்வப்போது கையால் நீவிப் பார்த்தார். மயிர் துளியும் அழுந்தாமல் மொழுமொழுவென்று இருந்தால்தான் வார்க்கறி தின்ன நன்றாக இருக்கும். மயிர் அழுந்தினால் தாத்தனுக்குத் திட்டு விழும். வெகுநேரம் இருவரும் சுரண்டினார்கள். சூடு குறைந்துவிட்டது என்று தோன்றினால் உடனே ஓலை ஒன்றைப் பற்ற வைத்துச் சூடாக்கிச் சுரண்டினார். சுரண்டியபின் பன்றியின் கருநிறம் போய்த் தோல் முழுக்க வெளுத்துத் தோன்றியது. ஓலை ஒன்றில் பன்றியைத் தூக்கி வைத்துவிட்டு ஓய்வாக உட்கார்ந்து சுருட்டுப் பிடிக்கத் தொடங்கினார். பெருக்கான் வால்போல உருண்டிருந்த வாலை மென்றுகொண்டு மேடும் பள்ளமுமாய் இருந்த வாரிவெளியில் ஓடி விளையாடினான் அவன்.

கொஞ்ச நேரத்தில் பேச்சரவம் கேட்டது. சிங்கானும் செல்லையனும் வந்தார்கள். செல்லையனின் கையில் மரக்கைப்பிடி போட்ட பெருங்கத்தி மினுங்கியது. 'பூச்சி வேலயெல்லாம் முடிச்சு வெச்சுட்டு உக்காந்திட்டயா' என்றார் சிங்கான். 'முடிஞ்சுச்சுங்க சாமி' என்றார் தாத்தன். அவரைத் தண்ணீர் ஊற்றச் சொல்லிக் கையைக் கழுவிக் கொண்டார். குமரேசனும் கைக் கழுவினான். 'என்ன பேரனுக்குப் பழக்கி உடறயா' என்றார் அவர். தாத்தன் சிரிப்பையே பதிலாக்கினார். 'எதோ நாடோடி ஒன்னு நம்பூருக்கு வந்ததுனால முருவான் சுத்தம் பண்ணப் பிரச்சின இல்லாத போச்சு' என்றார் சிங்கன். 'பூச்சிதான நம்ப பங்காளிக்கு நெருக்கம்' என்று ஒருமாதிரியாகத் தாத்தனைப் பார்த்துக்கொண்டே சொன்னார் செல்லையன். அவர்கள் பேசிக்கொண்டிருந்தபோதே வெள்ளையன் இன்னும் இருவரோடு வந்தார்.

செல்லையன் வந்திருப்பதைப் பார்த்ததும் வெள்ளையன் முகம் வேப்பெண்ணெய் குடித்தது போலாயிற்று. சிங்கானைப் பார்த்து முறைத்தார். 'கூறு போடற வேலக்கி நானும் வர்றமின்னு சொல்லி எம் பொறத்தாண்டயே வர்றான், நானென்ன பண்ணட்டும்' என்று சிங்கான் குசுகுசுத்தார். 'கூறு போட ஆளுப்படை போதும். ஆரும் புதுசா வந்து சேந்துக்க வேண்டாம்' என்று சத்தமாகச் சொன்னார் வெள்ளையன். 'சும்மா வல்ல. கூறுக்குக் காசு குடுத்த ஆளுதான். ரண்டு வறுகறிக்கு லச்ச கெட்டு ஒன்னும் வல்ல' என்றார் செல்லையன். அத்தோடு சாடைப் பேச்சை நிறுத்தும் வகையில் 'மஞ்சளக் கொண்டாங்கப்பா. வேலயப் பாப்பம்' என்றார் சிங்கான் 'தீட்டுப் போவ நல்லாத் தேச்சுக் கழுவுங்கப்பா' என்றார் இன்னொருவர்.

பன்றிக்கு மஞ்சள் குளியல் நடந்தது. தோலே மஞ்சளாக மாறிற்று. பின் கீற்றில் தூக்கிப் போட்டுக் கால்களை

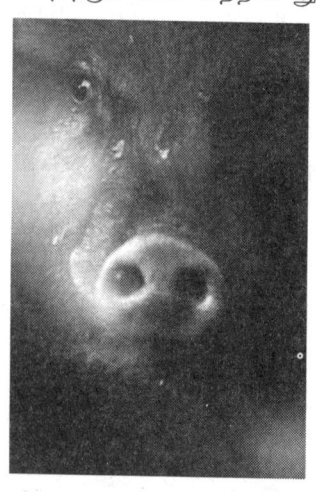

வெட்டி எடுத்தார்கள். கிழிக்க நுனிக்கூரும் அறுக்கத் தீட்டிய வாயுமாய் ஆளுக்கொரு கத்தி. மல்லாக்க வைத்து நெஞ்சின் இருபுறமும் நீள்வாக்கில் வகுந்தெடுத்ததும் குடல் வெளியே முட்டிற்று. ஒதவு சிந்தாமல் உருவுவது பழக்க மானவர்கள் வேலை. வயிற்றுப் பகுதியில் தேங்கியிருந்த ரத்தம் இரண்டு படி இருக்கும். அதற்கான குண்டா நிறைந்தது. குடலைச் சுத்தம் செய்ய இரு வரும் கறி வெட்ட இருவரும் உட்கார்ந்துகொண்டார்கள். வெள்ளையன் வாய்க்கால் ஓரமாய்க் கிடந்த கற்களைக் கொண்டு அடுப்புக் கூட்டச் சொன்னார். தாத்தனும் அடுப்புக் கூட்டி நிமிர்ந்தார். வறுகறிக்கெனக் கிணற்றோர

நொச்சியின் அடியில் கவிழ்த்து வைத்திருந்த முட்டியை எச்சரிக்கையாகத் தூக்கித் துடைத்தபடியே 'பூச்சி நீ போயி கூறுக்குப் பச்ச ஓல கொண்டா' என்று சொன்னார் அவர். 'நம்ம காட்டுக்குள்ள இருக்கற கருக்குலயும் வெட்டிக்கிட்டு வா பூச்சி' என்று செல்லையன் சத்தமாகச் சொன்னார். இதுவெல்லாம் வறுகறிக்கு அனத்தம் என்பது புரிந்தாலும் என்ன செய்வதென்று தாத்தனுக்குத் தெரியவில்லை. வெள்ளையன் ஏதாவது சொல்வார் என்று எதிர்பார்த்தார். அவர் ஒன்றும் சொல்லவில்லை. அப்படியானால் அவருக்கும் சம்மதம்தான் என்று நினைத்துக் குமரேசனைக் கூட்டிக் கொண்டு தாத்தன் நகர்ந்தார்.

ஆளுயரப் பனங்கருக்குகளில் நீட்டிக்கொண்டிருந்த ஓலைகளில் நடுப்பகுதியை மட்டும் லாவகமாக அரிந்தெடுத்தார் தாத்தன். 'ஓல ஒடஞ்சிராம வெச்சுக்கோணும்' என்று சொல்லி அவனிடம் கொடுத்தார். பத்து விரல்களையும் சேர்த்து விரித்தது போல விரிந்த ஓலை கூறுக்கறியை வைத்துச் சுருட்டிக்கட்ட வாகாக இருக்கும். அவன் இரு கைகளையும் ஏந்தி ஓலையை வாங்கிக் கொண்டான். வெள்ளையன் காட்டில் பெரும்பகுதியும் செல்லையன் காட்டுக் கரையில் இருந்த கருக்குகளில் பேரளவுக்கும் வெட்டினார். கறி இருபது கூறோடு வறுகறி பிரிக்கவும் என எண்ணிக் கிட்டத்தட்ட முப்பது ஓலைகள் சேர்ந்தபின் கறி போடும் கிணற்று மேட்டுக்கு வந்தார்கள். அவர்கள் வரும்போது வறுகறி வாசம் காடெங்கும் கமழ்ந்தது. குடல், ரத்தம், கால் ஆகியவற்றோடு ஓரிரு துண்டு வார்க்கறியும் சதைக்கறியும் போட்டு முட்டியில் வெந்துகொண்டிருந்தது. வெள்ளையன் பனந்திடுப்பால் கிளறிவிட்டுத் தீயைத் தணித்து வைத்தார். ஒவ்வொரு முறையும் வறுகறி பற்றித் தாத்தன் சொல்லும்போது நாக்கில் எச்சில் ஊறும். இப்போது மணமே நாவூற வைத்தது.

கறிக்கூறுகள் கீற்றில் பிரிந்து கிடந்தன. எல்லாக் கூறுக்கும் எல்லா வகைக் கறியும் வரும் வகையில் போட்டுக் கொண்டிருந்தார்கள். 'போன மொறையவிட இந்த மொற கறி எச்சுத்தான் மாமோய்' என்று ஒருவர் வெள்ளையனிடம்

சந்தோசத்தைப் பகிர்ந்துகொண்டார். 'வாரு பாரப்பா சீம்புத்துண்டாட்டம். பருவத்துல பன்னிகூட நல்லாத்தான் இருக்கும்னு செலவாந்தரம் சும்மாவா சொல்லுது' என்றார் இன்னொருவர். 'கறி வெந்திருக்குமா ?' என்று சொல்லியபடி செல்லையன் வறுகறி வேகும் இடத்திற்குப் போய் திடுப்பால் கிண்டிவிடுவது போல இரண்டு துண்டுகளை எடுத்து வாயில் போட்டுக் கொண்டார். 'இன்னம் கொஞ்ச நேரம் வேவோணும். ரண்டு கல்லு உப்புப் போட்டா ஜோரா இருக்கும்' என்றார். 'உப்புப் பாக்கறன், வெந்துச்சான்னு பாக்கறன்னு ஆளாளுக்கு அள்ளித் தின்னா பாடுபட்டவங்களுக்கு வறுகறி வந்தாப்பலதான்' என்றார் வெள்ளையன். 'அட ஒரு சோறு பதம் பாத்துத்தானப்பா ஆவணும்' என்று எங்கோ பார்த்துக் கொண்டு செல்லையன் சொன்னார். இருவரின் பேச்சும் நேருக்கு நேர் அமைவதில்லை. சாடைதான்.

கூறு போடும் வேலை முடிந்து ஒவ்வொரு கூறாகக் கறியை ஓலையில் எடுத்துக் கட்டினார்கள். ஒருவர் ஓலையை விரித்துப் பிடிக்க இன்னொருவர் கறியை எடுத்து வைத்தார். ஓலையைச் சுருட்டிக் கோட்டையாக்கும் கைகளையே பார்க்க வேண்டும் போலிருந்தது அவனுக்கு. ஓலையை எடுத்து எடுத்து நீட்டினார் தாத்தன். ஒவ்வொருவரும் அவரவர் கொண்டுசென்று கொடுக்க வேண்டிய கூறுகளைத் தனித்து வாங்கிக் கொண்டபின் வறுகறிப் பக்கம் வந்தார்கள். வெள்ளையன் கொஞ்ச தூரத்தில் காட்டுக்குள் இருந்த கம்மந்தட்டுப் போருக்குப் போய் அங்கிருந்து சாராயப் போத்தல்கள் இரண்டை எடுத்து வந்தார். அவை பன்றிக் கறி செலவில் அடங்குபவை. வறுகறிச் சட்டியை மட்டும் எடுத்துக்கொண்டு மின்ன மரத்தடியில் உட்கார்ந்தார்கள். பொழுது அண்ணாந்து பார்க்கும் உயரத்தில் இருந்தது. அவனுக்குப் பசி தொடங்கி அடங்கிவிட்டிருந்தது.

தாத்தன் வெள்ளையனுக்கு முன்னால் போய் 'சாமீ... சின்னப் பையன் இருக்கறான்' என்றார்.

பெருமாள்முருகன்

'வறுகறியப் பிரிக்கறதுக்குள்ள அவ அவசரம் என்னப்பா' என்றார் சிங்கான். 'கறி அறுக்கறமின்னு வந்து ஒப்புக்கு ஒக்காந்தவனுக்கே பங்கு வருதுன்னா முருவானச் சொமந்து வந்தவனுக்கு அவசரமில்லாத இருக்குமா?' என்ற வெள்ளையன் ஒரு ஓலைக்கோட்டையில் பாதியளவு கறியை அள்ளிப் போட்டுக் கொடுத்ததோடு தாத்தனுக்கான பங்காகக் கூறுக்கறி ஒன்றையும் கொடுத்தார். தாத்தனுக்குப் பின்னாலிருந்து மெதுவாகக் குமரேசனின் ஓலையும் நீண்டது. 'ஒனக்குத் தனியே வேணுமாடா பயா' என்று சிரித்தபடி அவர் அவனுடைய ஓலையிலும் ஓரகப்பை வைத்தார். 'நம்மள உட அவனுக்குதாம்பா இப்பக் காலம்' என்றார் செல்லையன். 'இன்னொரு கோட்டயக் கொண்டாடா பூச்சி' என்று சொல்லி அதில் சாராயத்தை ஊற்றினார் வெள்ளையன். பன்றியைக் கொன்ற கல்லருகே போய் இருவரும் உட்கார்ந்துகொண்டார்கள்.

தாத்தன் சாராயத்தைக் குடித்தார். அதற்குள் வறுகறியைப் பார்த்தான் குமரேசன். ரத்தமும் குடலும் கலந்து கருநிறத்தில் கறி. பச்சை மிளகாய் ஒன்றிரண்டு கண்ணுக்குத் தெரிந்தது. கையில் அள்ளி ஒரு வாய் தின்றான். இதுவரைக்கும் இப்படி ஒரு ருசியை எந்தக் கறியிலும் அவன் கண்டதில்லை. இத்தனைக்கும் வெறும் பச்சை மிளகாயும் உப்பும்தான். சீக்கிரம் தீர்ந்துவிடுமோ என்னும் பயத்தில் முதல் வாய்க் கறியையே மெதுவாகத் தின்றான். அப்படித் தின்பதுதான் ருசியை மிகுவித்தது. தாத்தனும் கறியை அள்ளி வாயில் வைத்தார். அதற்குள் வறுகறிப் பிரிப்பில் அவர்களுக்குள் ஏதோ தகராறு. வழக்கம் போல அவர்கள் இருவரும் ஏதாவது பேசிக்கொள்வார்கள் என்று தோன்றியது.

வெள்ளையன் 'அலஞ்சு திரிஞ்சு முருவான் பேசிக் கொண்டாறது ஒருத்தன். பேருக்கு வந்து நின்னுட்டு ஒருத்தன் சமபங்கு கேட்டா ஞாயமா?' என்று கத்தினார். 'பெரிய ஞாயத்தக் கண்டிட்ட. எதுக்கெடுத்தாலும் ஞாயம் பேசறவனா நீ?' என்று செல்லையன் எழுந்து வெள்ளையனின் நெஞ்சில் கை வைத்துத் தள்ளினார். 'வறுகறியப் பிரிச்சுக்

குடுத்திட்டுப் பங்காளிச் சண்டய வெச்சுக்கங்கப்பா' என்று தவித்தார் ஒருவர். 'எங்காட்டுக்குள்ளயே வந்து என்னயவே தள்ளறயாடா நீ' என்று வேகமாக எழுந்தார் வெள்ளையன். கையில் எதுவும் கிடைக்குமா என்று தேடினார். அதற்குள் கறி அரிந்த கத்தியைக் கையில் எடுத்துக்கொண்டார் செல்லையன்.

வாயில் வைத்த கறியை அப்படியே துப்பிவிட்டுத் தாத்தன் ஓடி 'வேண்டாஞ் சாமீ' என்று கை நீட்டிக் குறுக்காட்டினார். மற்றவர்களும் ஆளுக்கொரு ஆளைப் பிடித்தார்கள். செல்லையனின் வேகத்தைத் தடுக்க முடிய வில்லை. தாத்தனின் தோள்பட்டையில் ஆழ இறங்கிய கத்தியைச் சிரமத்தோடு பெயர்த்தெடுத்து வெள்ளையனின் நோக்கிப் பாய்ந்தார் அவர். வெள்ளையன் பயந்து காட்டுக்குள் ஓடினார். வாய்க்காலில் சாய்ந்த தாத்தனைத் தாங்கிப் பிடிக்கக் குமரேசனைத் தவிர அங்கே யாருமில்லை.

○

காலச்சுவடு, நவம்பர் 2012

மாப்புக் குடுக்கோணுஞ் சாமீ

ஊர் முழுக்கச் சாக்குருவியின் ஓலம். ஒரு மாதத்திற்குள் இது ஆறாவது சாவு. மாகாட்டுச் செங்கான் கட்டுத்தரையில் தொடங்கி ஒவ்வொன்றாகப் பரவி மணகாட்டு ராமசாமி காடுவரை வந்துவிட்டது. அரக்கத் தவளையின் தாவல்போலச் சாக்காடு. ராமசாமி பெண்டாட்டி பூவாயி வைத்த

ஒப்பாரி இருளைக் கிழித்துக்கொண்டு போயிற்று. துக்கம் ஒவ்வொரு வீட்டுக் கதவின் முன்னும் நாயாய் முடங்கிப் படுத்துக்கொண்டு ஊளையிட்டது. சாக்காட்டின் அடுத்த தாவல் தம் வீட்டுக்குள்ளாக இருக்குமோ என்னும் கலக்கம் எல்லாரிடத்திலும் இருந்தது. பொழுது சாய்ந்த வேளையில் நடந்ததால் ஒரு எட்டி போய் விசாரித்துவிட்டு வரலாம் என்று அந்த முன்னிரவிலேயே கையில் லாந்தரை எடுத்துக்கொண்டு போனார்கள். பூவாயின் விரித்த தலையும் அழுத கண்களும் அரற்றும் வாயும் யாரையும் கலங்கச் செய்துவிடும். இடையிடையே மாரில் படார்படாரென்று அடித்துக்கொண்டு கீழே புரண்டு கதறினாள்.

கன்று ஈனி ஒருமாதம் தானிருக்கும். காளைக்கன்று என்பதால் வயிறு முட்டப் பால் குடிக்கவிட்டு வளர்த்தார்கள். வேலைக்குத் தோதாக இந்தக் கன்றை வளர்த்துக்கொள்ள வேண்டும். சுழி சுத்தம். இன்னும் தலைகுனிந்து ஒரு புல்லைக் கடித்துப் பார்க்கவில்லை கன்று. பால் குடிக்கும் தினவில் மண்ணை ருசிக்க ஆரம்பித்துவிட்டது. மண் தின்னவிடாமல் வாய்க்கூடை போட்டுக் காடு முழுக்கக் குதித்தோட விட்டிருந்தார்கள். பொழுது கிளம்பும் வேளையில் எகிறித் துள்ளி ஓடும் அதன் ஆர்ப்பாட்டம் தாங்க முடியவில்லை. துள்ளிக் குதித்தால்தான் கால் வலுவாகும். 'கன்னுக்குட்டியா குதிரயா இது? இப்பிடிப் புழுதி கௌப்புது' என்று கேட்டவர்களிடம் 'ஏப்ப சாப்பயாவா எங்கன்னுக்குட்டிய வளப்பன்?' என்றார் அவர். இப்போது அது தாயைத் தேடி வர்வர்ரென்று கத்திய வண்ணம் இருந்தது. கன்றுக்குப் போக இரண்டு நேரமும் மூன்று நான்கு படி பால் பீச்சலாம். மாடு வேலைக்கும் சளைத்ததல்ல. கன்று கொஞ்சம் பெரிதானதும் ஏரில் பூட்டினாலும் வண்டியில் கட்டினாலும் சுணங்காமல் போகும். விலையும் கொஞ்சமா? விற்றால் தாராளமாக ஒரு பவுன் வாங்கலாம். அப்புறம் பூவாயிக்கு வருத்தம் இல்லாமலா இருக்கும்? புருசனையே வாரிக் கொடுத்துவிட்டவள் போல மாய்ந்து அழுதாள். கேட்கப் போகும் யாரும் ஒரு வார்த்தை பேச முடியவில்லை.

தொடங்குவதற்குள் அவளுக்குக் கண்ணீர் முட்டிக்கொண்டு வந்தது.

வீட்டு வாசலில் கட்டில்களிலும் அங்கங்கே ஓரம்பாரம் போட்டிருந்த கற்களிலும் உட்கார்ந்திருந்த ஆம்பளைகளைப் பார்க்க இழவு வீட்டின் சாயல் முழுதாகத் தெரிந்தது. சுடரை இறக்கிவிட்டு வைத்திருந்த பத்துப் பதினைந்து லாந்தர்கள் மின்மினிகளாய் ஒளிர்ந்தன. யாருக்கும் என்ன செய்வதென்று தெரியவில்லை. ஊருக்கு ஏதோ சாபம் என்றார்கள். ஒரு மாதத்திற்கு முன் ஊருக்குள் வந்துபோன குடுகுடுப்பைக்காரன் ஏவலாக இருக்கும் என்றும் சொன்னார்கள். சுடுகாட்டுக்குப் போய்விட்டு நடுச்சாமத்தில் வந்து வீடுகளுக்குக் குறி சொன்ன அவன் மறுநாள் பகலில் வந்து சில வீடுகளில் பரிகாரம் செய்ய வேண்டும் என்று சொன்னான். கையில் காசில்லாத கானல் காலம் என்பதால் யாரும் அவ்வளவாக ஆர்வம் காட்டவில்லை. அதனால் அவன் ஏதும் செய்திருக்கக்கூடும். தை மாசியில் அவன் வந்திருந்தால் தவச மூட்டையை வண்டி வைத்துத்தான் கொண்டுபோக வேண்டியிருந்திருக்கும். வெறுங்கையோடு திரும்பும் அவமானத்தில் எதை இங்கே விட்டுவிட்டுப் போனானோ?

மாடுகளுக்கு என்ன பிரச்சினை என்றாலும் கைவசம் வைத்தியம் வைத்திருக்கும் பன்னாட்டுப் பாட்டாராலேயே இதைத் கண்டுபிடிக்க முடியவில்லை. அவரிடமிருந்த வாகடச் சுவடிகளை இரவு முழுக்க உட்கார்ந்து மண் விளக்கு வெளிச்சத்தில் கண்ணில் விளக்கெண்ணெய் விட்டுக்கொண்டு படித்துப் பார்த்துவிட்டார். அவருக்குத் தெரிந்தவர்களிடம் போய் விசாரித்துப்பார்த்தார். சுவடி இருந்த வீடுகளில் அதைப் படிப்பதற்காகவே இரவுத் தங்கல் போட்டார். அகல் வெளிச்சத்தில் சுவடியைப் பிரித்தால்தான் அதில் சொல்லியிருக்கும் விஷயங்கள் பலிக்கும் என்பதால் அந்த முறை மாறாமல் எழுத்தெண்ணி வரிவரியாகப் படித்தார். இப்படிப்பட்ட நோய் என்று எதுவுமில்லை. இதுகாலம்வரை வராத புதுநோய்

ஒன்றும் உண்டா? ஆயிரமாயிரம் வருசம் வாழ்ந்து பார்த்தவர்களுக்குத் தெரியாததா. 'எல்லாவற்றையும் கண்டுபிடித்து முன்பே சொல்லிவைத்திருக்கிறார்கள். அந்தக் குறிப்புகளைப் புரிந்துகொண்டால் போதும்' என்பார். அவரே கைவிரித்த பின் காரணத்தை எங்கே போய்த் தேடுவது? தெய்வக் குற்றம் தவிர வேறென்ன இருக்க முடியும்?

எந்தக் காலத்திலும் காணாத கண்காட்சியாக இப்படி நடக்கிறது. செங்கான் வீட்டு மாட்டில் சாயங்காலம் பால் பீச்சிக்கொண்டிருந்தபோது அதன் பின்னங்கால் தொடைகள் இரண்டும் வெடவெடவென்று நடுங்கின. மாடுதான் ஏதோ திருகல் செய்கிறது என்று நினைத்து அவர் அதட்டினார். ஈத்துமாட்டுக்கு இன்னுமா மடிக்கூச்சம்? ஆனால் கால்கள் நடுங்க நடுங்க அதன் வாயில் நுரை தள்ளியது. ஐந்து நிமிட நேரமாகியிருக்கும். என்ன ஏதென்று நிதானிப்பதற்குள் 'ம்மா' என்று பரிதாபமான ஒரே கத்தலிட்டுக் கீழே படாரெனச் சாய்ந்தது. உடனே கண்கள் நிலைகுத்திவிட்டன. பெரிய உருவம் கீழே விழுந்த அதிர்வில்

உடல் கொஞ்ச நேரம் அசைந்துகொண்டிருந்ததே தவிர, உயிர் முதலிலேயே பிரிந்துவிட்டது. மாட்டுக்கு நோய் பீடித்து ஒன்றிரண்டு நாட்கள் பண்டிதம் பார்த்துச் சலித்துக் கைவிட்டுப் போயிருந்தால் ஆசுவாசமாக இருந்திருக்கும். நின்ற நிலையில் துள்ளத் துடிக்க விழுந்து மாய்வதைத் தாங்க இயலவில்லை.

ஆள்குடிக்குச் சொல்லிவிட்டதும் அவர்கள் கூட்டமாக வந்து வண்டியில் தூக்கிப் போட்டுக்கொண்டு போனார்கள். வடக்கயிற்றை மாட்டின் உடல் முழுக்க வரிந்து கட்டித்தான் வண்டியில் ஏற்ற வேண்டியிருந்தது. வண்டியே பெரும்பாரம் ஏற்றியதுபோல் நிறைந்திருந்தது. விட்டிருந்தால் காட்டுக்குள்ளேயே ஒரு பக்கம் போட்டு அறுத்துத் தோலுரித்துக் கறிக் கூறோடு போயிருப்பார்கள். பால்மாட்டை அது மேய்ந்து திரிந்த காட்டுக்குள்ளேயே அறுக்கக் கூடாது என்று சொல்லிவிட்டார். மாட்டை விஷம் தீண்டியிருந்தால் உடனே தெரிந்துவிடும். நாக்கை இழுத்துப் பார்த்துப் 'பூச்சி பொட்டு ஒன்னும் இல்லீங்க' என்று அவர்கள் குரல் கொடுத்தனர். இப்படியான அவசரச் சாவு விஷம் தீண்டுவதால்தான் வரும். நாக்கு நீலம் பாரித்துக் கிடப்பதைப் பார்த்ததும் கண்டுபிடித்துவிடலாம். அந்த மாட்டின் தோலை மட்டும் உரித்துக்கொண்டு பெருங்குழிக்குள் போட வேண்டியதுதான்.

சேராததைத் தின்று செத்திருந்தால் குடலை வெளியே தள்ளும்போது கண்டுபிடித்துவிடலாம். பொடங்குச் சோளத் தட்டை வயிறு முட்ட மேய்ந்திருந்தால் பிழைப்பது கஷ்டம். காடு முழுக்க வெயில் அலையோடிக் கிடக்கும் வேனலில் பொடங்குச் சோளத்தட்டுக்கு எங்கே போவது? கயிற்றை அவிழ்த்து இழுத்தால்தான் கட்டுத்தரை விட்டு நகரும் மாடு அது. சிறுபூண்டில் கயிற்றைச் சிக்க வைத்துவிட்டாலும் அப்படியே நிற்கும். அது எந்த ஊருக்குப் போய் மேய்ந்து வந்திருக்கும்? மாட்டுக்கு எந்த நோயும் வந்த மாதிரி தெரியவில்லை. அதன் ஈரல் தளதளவென்று இருந்தது. அடுத்த நாள் காலையில் அவர்கள் வந்து 'ஒன்னுமே

கண்டுபுடிக்க முடியலீங்க சாமீ’ என்று சொன்னபோது துக்கம் அதிகமாயிற்று. காத்துக் கருப்பு அடித்திருக்கும் எனச் சமாதானம் கொண்டு அதை மறப்பதற்குமுன் அடுத்தது நடந்தது. வடகாட்டுச் சின்னான் மாடு. அதுவும் அதேமாதிரிதான். செம்மண்காடு, ஓட்டுக்காடு, சரக்காடு என்று தாவி இப்போது மணற்காட்டில் வந்து நிற்கிறது.

எப்போதும் போல நன்றாக இருக்கும் மாடு திடுமெனப் பின்னங்கால்கள் நடுங்க வாயில் நுரைத்து ஒரே கேவலோடு படாரென விழுந்து செத்துப்போகும். வாரத்திற்கு இரண்டு மாடு இப்படிப் போனால் ஊரில் மாடு வைத்துப் பண்ணயம் செய்ய முடியுமா? பால்மாடுகளுக்குத்தான் இப்படி நேர்கிறது என்றதும் சிலர் உடனே சந்தைக்குக் கொண்டுபோய் விற்றார்கள். தொடர்ந்து மாடுகள் இறப்பது சுற்று வட்டாரம் எல்லாம் பரவியதால் அடிமாட்டு விலைக்குத்தான் கேட்டார்கள். நூதனமான நோய் ஏதாவது பீடித்திருந்து அதை வாங்கிக் கொண்டுபோய் மற்ற ஊர்களுக்கும் பரவிவிட்டால் என்ன செய்வது என்னும் பயம் எல்லாருக்கும் இருந்தது. ஊருக்கே சாந்தி செய்யவும் நேர்த்திக் கடன்கள் நிறைவேற்றவும் பொதுப் பணத்திலிருந்து செலவு செய்தும் சாவு நின்றபாடில்லை. இதற்கு மேலும் செய்ய ஏதுமில்லை. கோயில் திருவிழா இந்த வருசத்திலிருந்து கொண்டாடலாம் என வேறுபாடுகளை எல்லாம் மறந்து முடிவு செய்தார்கள். மாடு செத்த வீட்டின் முன்னால் போய்த் துக்கம் கேட்டு உட்கார்ந்திருப்பதைத் தவிர ஒன்றும் செய்ய முடியவில்லை. மாட்டுக்கு நோய் வருவதை முன்கூட்டியே அறிய முடிந்தால் ஏதாவது செய்யலாம். ஒரு அறிகுறியும் இல்லை. வந்த நிமிசமே வாரிக்கொண்டு போகும் நோய்க்கு எந்தப் பண்டிதத்தைப் பார்ப்பது?

ராமசாமி பெண்டாட்டி பூவாயியின் கதறல் தாங்க முடியாத ஊர்த்தலைவர், ‘எதுக்கப்பா இப்படிக் கத்துது பிள்ள? ஊருல இது ஆறாவது. உங்க ஒருத்தருக்கா துக்கம்? எப்ப வருமோ எப்பிடி வருமோன்னு ஊரே கெடந்து

தவிக்குது. கத்திக் கத்தி இந்தப் பிள்ளக்கி என்னாச்சும் வந்தரப் போவுதப்பா. அங்க நிக்கற பொம்பளைங்கெல்லாம் என்ன செய்யறீங்க? ஆத்துங்கம்மா ... வாய வாயப் பாத்துக்கிட்டு இருந்தா ஆச்சா?' என்று சத்தம் போட்டார்.

'உங்களுக்கென்ன ஆம்பளைங்க நாயம் பேசித் தீத்துக்குவீங்க. பொம்பளைங்க அழுதுதான தீக்கோணும்' என்று வந்த பதில் அவரை முகம் சுளிக்கச் செய்தது. 'பேச்சுக்கு மறுபேச்சுப் பேசறதுக்குக் கொறயில்ல' என்று சீறினார். பெண்கள் பக்கம் முணுமுணுப்பு மட்டும் நிலைத்தது.

அப்போது இருளுக்குள்ளிருந்து வந்த வேட்டுக் காட்டான் நிறைந்திருந்த வாசலைப் பார்த்து, 'இங்க எழவு ஊடாக் கெடக்குது. அங்க கும்மாளம் நடக்குது' என்றான். திண்ணையின் ஓரத்தில் உட்கார்ந்தவனைப் பார்த்து 'என்னடா சொல்ற?' என்றார் ஊர்த்தலைவர். அவன் ஆள்குடிவளவில் நடக்கும் விஷயத்தைப் பற்றிச் சொன்னான். கறி போடும் நாளில் அந்த வளவு திருவிழாப் போலத்தானிருக்கும். பண்ணயத்து வேலைக்கு வருபவர்கள்கூட அவசர அவசரமாக வந்து பேருக்குக்

கொஞ்ச நேரம் செய்துவிட்டு ஓடிவிடுவார்கள். இரவிலே கறிபோட்டால் கொண்டாட்டம் இன்னும் மிகுதியாகும். தீப்பந்த வெளிச்சத்தில் மாட்டை அறுத்துக் கறி வெட்டிக் கூறு பிரிக்கும் வேலை மும்மரமாக நடக்கும். சாந்து அரைத்து வைத்துக்கொண்டு பெண்கள் உட்கார்ந்திருப்பார்கள். கறியைக் கலக்கி அடுப்பில் வைத்ததும் தொடங்கும் குடி வெகுநேரம் நடக்கும். சண்டையும் சச்சரவும் வெடிக்கும். ஓரிரு நிமிசத்தில் சரியாகிவிடும். 'காக்காக் கூட்டமப்பா அது. ஒன்னு சேந்திருச்சுன்னா கராமுராதான். நம்பளாட்டம் திக்காலுக்கு ஒன்னாக் கெடந்தா எப்பிடி? ஒருத்தரு பேசறது இன்னொருத்தருக்குக் கேக்கோணுமின்னாக்கூட கூவோணும்' என்று ஊர்த்தலைவர் சொல்வார்.

மூன்று வாரங்களில் ஆறாவது மாடு. ஒவ்வொன்றும் பெருத்த உடல். பால் மாடுகளுக்கான கவனிப்பில் செழித்திருந்த கறி அந்த வளவு முழுவதற்கும் தாராள மாகக் கிடைத்தது. வீடு எண்ணிக் கறியைப் பிரித்தும் கொள்வார்கள். ஆள் எண்ணிக்கைக்கும் சலுகை உண்டு. தோல் மட்டும் வளவுப் பொதுவுக்குச் சேரும். அந்த வளவுப் பக்கம் ஏதோ வேலையாகப் போன வேட்டுக் காட்டான் அந்த ஆரவாரத்தைக் கண்டு வந்திருந்தான். அவன் சொன்னான்.

"ஊடொன்னுக்குக் கறி ஒவ்வொரு சட்டி வரும். அத்தனயும் ஒரே நாள்ல எப்பிடித் திங்க முடியும்? நாளைக்குப் போய்ப் பாருங்க, எல்லா ஊட்டு வாசல்லயும் கறியக் கோத்துத் தொங்க உட்டுருப்பாங்க. உப்புக் கண்டம் போட்டு எடுத்து வெச்சுக்கிட்டுத் தெனமும் கறிக் கொழம்புதான், கடிச்சிக்கக் கறியச் சுட்டு எடுத்துக்கறாங்கப்பா. கொழந்தைங்களுக்குப் பண்டமே இப்பக் கறிதான்."

"மாப்ள, நம்மளுக்கு வவுத்து வலி, அவுங்களுக்கு ராசபோகம். அவுங்கள அப்பிடிப் படச்சிருக்கறான் ஆண்டவன்" என்ற ராமசாமியின் குரலில் பெருந்துக்கம் ஏறியிருந்தது.

‘இன்னக்கிக்கூட மாடு சாவறதுக்குக் கொஞ்ச மின்னாலதான வந்து மாட்டுக்குத் தட்டள்ளிப்போட்டுட்டுப் பால்மாட்ட நல்லாக் கவனீங்க சாமீன்னு சொல்லீட்டுப் போனான் கந்தன். அட சாமீ . . . அப்பேர்ப்பட்ட மாட்டக் கோத்துப் போட்டுத் திங்க எப்டீடா மனசு வந்துச்சு . . .’ என்று பூவாயி கூவி ஒப்பாரி வைத்தாள்.

“இந்த ஆளுவ நாயத்தக் கொஞ்சம் ஓசிக்கோணுமாட்டம் இருக்குதுங்க. கந்தன் வந்தானாமா, தட்டள்ளிப் போட்டானாமா, சொன்னானாமா, போனானாமா. எதோ கதயாட்டல்லம் இருக்குது? அவனென்ன இவுங்கூட்டுக்குப் பண்ணயம் கட்டறவனா? ஆளுக்காரனா? அவனுக்கென்ன அக்கற மசிரு?” முத்தான் சொல்ல எல்லாருக்கும் சரியென்றே பட்டது.

“கறிக்கு ஆசப்பட்டு அவந்தான் மாட்டுக்கு என்னமோ செஞ்சிருக்கறானப்பா” என்று ஒரு குரல் ஓங்கி ஒலித்தது. செங்கான் தன் மாடு செத்த அன்றைக்கு ஆள்கார ராமன் கட்டுத்தரைக்கு வந்துபோனதாய் ஞாபகப்படுத்திச் சொன்னார். தன் மாடு செத்த அன்றைக்கு ஆள்காரக் குப்பன் வந்துபோன மாதிரி இருக்கிறது என்று மாரப்பன் சொன்னான். ஆறு கட்டுத்தரைக்குமே ஆட்கள் வந்து போயிருந்தது தெரிந்தது. அதில் சிலர் பண்ணயம் கட்டுபவர்களாகவும் இருந்தனர். ‘அவுங்க எப்பவுமே கட்டுத்தரைக்கு வந்து போறவங்கதானப்பா’ என்று வேலப்பன் சொன்ன சொல் கூட்டத்தில் எடுபடவில்லை.

கட்டுத்தரைக்கு அவர்கள் வந்துபோன கொஞ்ச நேரத்தில்தான் எல்லா மாடுகளும் செத்திருந்தன. மாட்டுக்குச் சேராத தழையைக் கொடுத்திருக்கக்கூடும். செய்வினைப் பொருள் எதையாவது தீவனத்திற்குள் கலந்து வைத்திருக்கலாம். சிலருக்கு மந்திரமே தெரியும். சாமியாடுபவர்களும் உண்டு. அவர்கள்தான் மாட்டுக்கு என்னவோ செய்திருக்கிறார்கள். செத்த மாட்டைக் கறி போட்டுக் கூறு பிரிக்கும் முன் ஆள் வந்து மாடு

இன்ன காரணத்தால் செத்திருக்கிறது என்று சொல்லிப் போவான். இந்த மாடுகள் செத்ததற்கு மறுநாள் மெதுவாக வந்து ‘ஒன்னும் தெரியலீங்க’ என்று சாவகாசமாகச் சொல்கிறார்கள். ஏதோ வருசத்திற்கு ஒன்றிரண்டு மாடுகள் இப்படிக் கிடைக்கும். ஒரு மாதம், இரண்டு மாதத்திற்கு ஒருமுறை சந்தைக்குப் போய் வயிறு காய்ந்து கிடக்கும் கன்றுக்குட்டியைப் பிடித்து வந்து கறி போட்டால் ஒவ்வொரு வீட்டிலும் சட்டியே தின்றுவிடும். கரண்டியைப் போட்டு வழித்தெடுக்க எடுக்கச் சாறுதான் வரும். சாற்றுக்கென்ன, தண்ணீரை எவ்வளவு வேண்டுமானாலும் ஊற்றலாம். அப்படிக் காய்ந்து கிடந்தவர்கள் தொடர்ந்து கறி தின்ன ஏற்பாடு செய்த வேலைதான் இது என்று பேச்சு வேகமாக எழுந்தது.

ஒரு மாதத்திற்கு முன்னால் ராமன் பையன் ராசு, செங்கான் காட்டுக் கிணற்றில் ஆள் இல்லாதபோது இறங்கி நீச்சல் அடித்துவிட்டான். அவனைப் பிடித்த செங்கான் கையையும் காலையும் கட்டிச் சாட்டை வாரால் விளாசித் தள்ளினார். செத்துத் தொலையப்போகிறான் என்று கட்டை அவிழ்த்துவிட்டதும் கன்றுக்குட்டி போலத் துள்ளி எழுந்தோடிய அவன், ‘டே செங்கான் . . . என்னய அடிச்சிட்ட இல்ல. உன்னயப் பாத்துக்கறண்டா’ என்று கத்திக்கொண்டே ஓடிப்போனான். அப்போது ஊரை விட்டு ஓடியவன்தான். இதுவரைக்கும் வரவில்லை. அவன் அப்பனும் அம்மாளும் வந்து அழுதார்கள். ‘அவந்தல ஊருக்குள்ள தெரிஞ்சா வெட்டிப் பலி போட்டிருவன்’ என்று அவர் விரட்டி அனுப்பினார். அவன் ராத்திரியில் வந்து தலை காட்டாமல் வீட்டுக்குள்ளேயே இருந்து விட்டுப் போகிறான் என்றும் பேச்சு வந்தது. அவன்தான் பழிவாங்க ஏதோ கள்ளத்தனம் செய்கிறான். இத்தனை காலமாக இல்லாத புது நோய் திடீரென்று எங்கிருந்து முளைத்து வரும்? எழுதிவைத்த ஏட்டில்கூட இல்லாத நோயை யார் உற்பத்தி பண்ண முடியும்? உயிரோடு திரியும் பால்மாட்டைக் கறி தின்னக் கொல்வார்களா? நெஞ்சில்

இரக்கம் உள்ளவர் செய்யும் காரியமா? உடனே அவர்களைக் கூப்பிட்டு விசாரிக்க வேண்டும் என்று தீர்மானமாயிற்று.

ஆள் விட்டு அழைத்து விசாரிக்க இது என்ன வெற்றிலை பாக்கு வியாபாரமா? சப்புக் கொட்டிக்கொண்டு கறிதின்னும் வாய்களின்மேல் இரண்டு போடு போட்டு இழுத்து வந்து விசாரித்தால் உண்மை வரும். ராத்திரியோடு ராத்திரியாய் வந்து போகும் கள்ளன் என்னத்தைக் கொண்டு வந்து தந்தான்? அவன் இப்போது எங்கே? எல்லாக் கேள்விக்கும் பதில் வேண்டும். முன்னிரவின் இருளில் ஊர் இளவட்டங்கள் முழுக்கச் சாவடிமுன் கூடின. எல்லார் கைகளிலும் வலுவான தடிகள். வண்டி மொளக்குச்சிகள் சிலர் கைகளிலும் போர் அடிப்பட்டரைக்குப் போடும் உருட்டுக் குச்சிகள் சிலரிடமும் பூச்சி பொட்டுக்களை அடிக்கவென வீட்டுச் சுவரோரம் சாய்த்து வைத்திருந்த வேப்பங்கம்புகள் சிலரிடமும் இருந்தன. எந்தத் தடியும் கழுத்து உயரத்திற்குக் குறைவில்லை. சாவடியில் தீப்பந்தங்கள் நாலாப்புறமும் வெளிச்சம் பரப்பிக்கொண்டிருந்தன. இளவட்டம் மட்டும் போவது என்று தீர்மானம். ரொம்ப நேரமாகக் கூடாது. உயிர்ச் சேதம் இல்லாமல் பார்த்துக் கொள்ள வேண்டும். திரும்பும்போது ஒவ்வொரு தடியின் முன்னாலும் ஒருவனாவது இருக்க வேண்டும்.

தடிகளோடு இளவட்டங்கள் கிளம்பியதும் கீழ்ப்பக்கப் பள்ளத்துச் சரிவில் இருக்கும் ஆள்குடி வளவிலிருந்து வரும் சத்தத்தைக் காது கொடுத்துக் கேட்க வேண்டும் என்று சாவடி முழுக்க அமைதியாக இருந்தது. சாவடித் திண்டில் உட்கார்ந்திருந்த ஊர்த்தலைவரும் மற்றவர்களும் ஒருவருகொருவர் ஏதும் பேசிக்கொள்ளவில்லை. அங்கங்கே மண்ணில் குழுக்குழுவாகப் பெண்களும் குழந்தைகளும் உட்கார்ந்திருந்தார்கள். சிலசமயம் குசுகுசுவெனப் பேச்சுக் கிளம்பி ஊர்த்தலைவர் செருமல் கேட்டு அடங்கியது.

தடிகள் நடந்த வழிகளில் நாய்கள் இடைவிடாமல் குரைத்தன. நாற்பது ஐம்பது வீடுகள் இருந்தாலும் எல்லாம்

சின்னப் பரப்பளவுக்குள் அடங்கியிருந்தன. தூரத்திலேயே திட்டமிட்டுக்கொண்டபடி வளவைச் சுற்றி வளைத்தன தடிகள். சின்னச் சீழ்க்கையொலி எல்லாத் தடிகளும் ஒரே நேரத்தில் வளவுக்குள் இறங்க வழிகாட்டிற்று. எரிந்துகொண்டிருந்த அடுப்பின் மேல் அப்போதுதான் கொதிவரத் தொடங்கிய கறிச்சட்டியை முதலில் தடிகள் உடைத்தெறிந்தன. அடுப்புக்கு முன் உட்கார்ந்திருந்த பெண்களின் கால்களும் முதுகும் அடுத்த இலக்காயின. சாய்ந்த தலைமயிரைச் சுற்றிச் செருகி இழுத்து அவர்களைக் கீழே தள்ளிய தடிகள் உடல் முழுவதும் ஆக்கிரமித்தன. குழந்தைகள் ஓரிரு அடிகளில் அலறி ஓடிப்போய்க் குடிசை மூலைகளில் பயந்து பதுங்கினார்கள்.

குழந்தைகளின் அழுகையும் பெண்களின் கூக்குரலும் கேட்ட ஆண்கள் குழுவாகக் குடித்துக்கொண்டிருந்த இடத்திலிருந்து திடுக்கிட்டு எழுந்தார்கள். என்ன நடக்கிற தென்று புரியவில்லை. நிழல் உருவங்களாய்த் தடிகள் வளவு முழுக்க நடமாடுவதை உணர்ந்த சிலர் வளவுக்கு வெளியே பள்ளத்து முள்ளுக்குள்ளும் இருள் செறிந்த வெள்ளாமைக்

காடுகளுக்குள்ளும் ஓடிப் புகுந்தார்கள். தடிகளின் வேகத்திற்கு எதிராக எந்த ஆயுதத்தையும் சட்டெனப் பெற முடியாத இளைஞர்களில் சிலர் கைகளை உயர்த்தி உயர்த்தித் தடுத்தும் மோதியும் பார்த்தார்கள். வயசாளிகள் 'அய்யா சாமீவளா ... என்னய்யா செஞ்சம்? எதுனாலும் மாப்புக் குடுங்கய்யா. அடிச்சுக் கொல்லாதீங்கய்யா' என்று தடிகளின் கால்களைப் பற்றிக் கெஞ்சி ஒரே உதறலில் தூரப் போய் விழுந்து ஓலக்குரலிட்டுக் கத்தினார்கள்.

தடிகளின் வாய்கள் இரண்டே கேள்விகளை முன்வைத்தன. 'என்னடா செஞ்சீங்க?', 'எங்கடா அவன்?' பூடகமான இந்தக் கேள்விகளுக்கு யாராலும் பதில் சொல்ல முடியவில்லை. பதிலை எதிர்பார்த்துத் தடிகள் நிற்கவும் இல்லை. ஒரு நிமிசமும் ஓய்வற்று அவை இயங்கின. முன்னால் இருக்கும் எல்லாவற்றின் மீதும் இறங்கின. அங்கங்கே கட்டியிருந்த ஒன்றிரண்டு வெள்ளாடுகளும் கன்றுக்குட்டிகளும் கால் முறிந்து கழுத்தொடிந்து கதறித் துடித்தன. மாட்டெலும்புகளைக் கடித்து ஓய்ந்திருந்த நாய்கள் அஞ்சி வளவை விட்டு ஓடின. பூனைகள் கூரைகளுக்குள் எலிகளாய்ப் பதுங்கின. வீட்டுப் பண்ட பாத்திரங்கள் நொறுங்கின. குடிசைக் கூரைகளின் மேல் ஓங்கித் தட்டிய தட்டலில் காய்ந்திருந்த ஓலைகள் நுணுகிச் சிதைந்து சிதறின. கோழிகள் கூடைகளின் மேலும் சிறு மரங்களின் மேலும் பறந்து ஏறி அபயக் குரல் கொடுத்தன.

தடிகளின் வெறி அடங்கியபாடில்லை. கைக்குச் சிக்கிய ஆண்களின் உடல் முழுவதும் அவை தடிப்புகளாய் இறங்கின. இரத்த வீச்சம் எங்கும் எழுந்து தடிகளின் கைகள் ஓய்ந்தபோது ஓலம் மட்டுமே எழுந்தது. ஒவ்வொரு தடியின் முன்னும் கைகள் பிணைக்கப்பட்ட ஓர் உருவம். சில தடிகள் தங்கள் சாமர்த்தியம் காரணமாக இரண்டு உருவங்களை முன்னிறுத்தியிருந்தன. 'அய்யோ சாமீ ...' என்பதைத் தவிர உருவங்களின் வாய்களில் வார்த்தை எதுவும் வரவில்லை. 'நடங்கடா' என்று உறுமிய தடிகள் நெட்டித் தள்ளின. வளவின் நுழைவுப் பகுதிவரை

ஓடியும் நடந்தும் ஊர்ந்தும் வந்த பெண்கள் தடிகளின் உறுமலுக்குப் பயந்து அப்படியே நின்றுவிட்டனர். கைகள் பிணைக்கப்பட்ட உருவங்கள் கூனிக் குறுகி நடந்தன. சில உருவங்கள் கோவணத்தோடு இருந்தன. சில உருவங்கள் முழு மொட்டைக்கட்டை. நெட்டித் தள்ளிச் செல்லும் தடிகளை முட்களுக்குள்ளும் புதர்களுக்குள்ளும் மறைந்திருந்த கண்கள் அச்சத்தோடு பார்த்தன. என்ன காரணம் என்று ஒருவருக்கும் புரியவில்லை.

ஊர்ச் சாவடியின் முன் தள்ளப்பட்ட உருவங்கள் கேவி அழுதன. வலி தாளாமல் துடித்த உடல்கள் தம் வாதையை அழுகையால் மட்டுமே வெளிப்படுத்த முடிந்தது. மொட்டைக் கட்டை உருவங்கள் தம்மை மறைத்துக் கொள்ள மிகவும் முயன்று கூட்டத்தின் நடுவே நுழைந்து கொண்டன. சுற்றிலும் தடிகள் அதட்டியபடி நின்றன. சில சமயம் நீண்ட தடிகள் விலா எலும்புகளைக் குத்தின. சாவடியின் மையத்தில் உட்கார்ந்திருந்த ஊர்த்தலைவர் இப்போது விசாரணையைத் தொடங்கினார். 'என்னடா செஞ்சீங்க?' ஒரே கேள்வி. 'ஒன்னுமே செய்யலியே சாமீ...' என்று அழுகையினூடே குழறியது ஓர் உருவம். உடனே அதன் பின்னாலிருந்து நீண்ட தடி முதுகில் குத்தி 'ஒன்னுமே செய்யலியா?' என்று உறுமியது. 'எங்கடா அவன்?' இந்தக் கேள்விக்கும் ஒரு பதிலும் சொல்ல முடியவில்லை. 'எவன்?' என்று திருப்பிக் கேள்வி கேட்கவும் முடியாது. 'தெரியலியே சாமீ...' என்ற உருவத்தின் காலில் பட்டென்று தடி பாய்ந்ததும் 'அய்யோ' எனக் குறுகிச் சாய்ந்தது உருவம். எந்தப் பதிலும் சொல்லாமல் மௌனம் காப்பதுதான் சரியானது என்பதை உணர்ந்த சில உருவங்கள் தலைகுனிந்தபடி நின்றனவே தவிர வாய் திறக்கவில்லை. 'என்னடா செஞ்சீங்க?' மீண்டும் மீண்டும் ஒரே கேள்வி.

வட்டத்திற்கு வெளியே நின்றிருந்த பெண் குரல் ஒன்று 'இப்பிடிக் கேட்டாச் சொல்லுவானுங்களா? கையக் கால முறிச்சுப் போட்டுக் கேளுங்க' என்றது. 'தாயோலி ராசு எங்கடா?' என்று தலைவருக்கு அருகிலிருந்த ஆள்

கேட்டதும் அவனுக்காகத்தான் இந்த விசாரணை என்று புரிந்துகொண்ட உருவங்கள் 'அவனப் பாக்கலியே சாமீ . . .' என்று ஒருசேரக் கத்தின. 'மாட்டுக்கு வெக்க என்ன மருந்துடா குடுத்தான்?' என்று கேள்வி இன்னும் கொஞ்சம் விளக்கமானதும் 'இல்லியே சாமீ . . .' என்று கத்திய உருவங்கள் ஒருசேரப் படுகிடையாக மண்ணில் விழுந்தன. அவற்றின் கைகள் கூப்பி நின்றன. 'ஒன்னும் தெரியாது சாமீ . . . மாப்புக் குடுக்கோணும் சாமீ . . .' என்று அவை இறைஞ்சத் தொடங்கின.

○

காலச்சுவடு, செப்டம்பர் 2011

காலச்சுவடு பப்ளிகேஷன்ஸ் (பி) லிட்.
Published by Kalachuvadu Publications (Pvt. Ltd.),
669, K.P. Road, Nagercoil 629001, India
Phone: 91-4652-278525
e-mail: publications@kalachuvadu.com

10/2022/S.No. 1104, kcp 3849, 18.6 (2) urss